AF455378

Editions bilingues MONET — F. E. A.

SÁCH HAI THỨ TIẾNG CỦA MONET VÀ HỘI VIỆT-NAM THANH-NIÊN

ANNAMITES, AU TRAVAIL!

Conférence aux Annamites et commentaires

ANNAM, TỈNH DẬY!

Diễn-thuyết cùng quốc-dân Annam có thêm dẫn-giải

(Saigon, juin-juillet 1926)

DEPOT LEGAL INDOCHINE N° 1198

PAR

PAUL MONET

Fondateur du *Foyer des Etudiants Annamites de Hanoi*	Sáng-lập *Hội Việt-Nam Thanh-Niên ở Hanòi*
Auteur de « *Français et Annamites* »	Chủ-tác sách « *Người Pháp và Người Nam* »

AVEC RÉPONSES DE M.

Có mấy bài trả-lời của Ông

DƯƠNG-VĂN-LỢI

Tous droits de traduction et de reproduction réservés à la Société des Gens de Lettres

Copyright by Paul Monet septembre 1926

SAIGON

IMPRIMERIE DU CENTRE

1926

8° L10 K 682

Giá nhất định: 0$80

ANNAMITES, AU TRAVAIL !...

ANNAM, TỈNH DẬY !...

1952

8 LK10 682

ERRATA

Page 35	*ligne* 7	*au lieu de*	en parole	*lire*	en paroles
— 37	— 8	—	lesquels, je	—	lesquels je
— 129	— 15	—	familiers, du	—	familiers du
— 147	— 31	—	davantage.	—	davantage(1).

et ajouter le renvoi suivant :

« (1). — Un entrefilet paru dans l'*Echo Annamite* du 24 juillet 1926 a spécifié que les deux jeunes Cochinchinois T. Q. H. et P. V. N. qui avaient été membres actifs du F.E.A. il y a trois ans n'étaient nullement visés par ce passage. »

Page 149	*ligne* 3	*au lieu de*	qui l'on	*lire*	qui l'ont
— 167	— 34	—	Nous ne nous	—	Ne nous
— 169	— 25	—	rescussiter	—	ressusciter

CẢI CHÍNH

Trang	*Dòng*	*Chữ sai*	*Chữa là*
10	27	dien-thuyết	diễn-thuyết
10	32	bo-ích	bổ-ích
10	39	hơi dạ	hởi-dạ
58	25	nuôi con	nuông con
62	11	đắc-biệt	đặc-biệt
64	6	nhất ở tại	nhất là ở tại
96	19	khẩn-thuyết	khẩn-thiết
102	2	đọc đến luân	đọc đến luôn
108	4	và-thủ	và thử
114	22	quản-hệ	quan-hệ
116	30	ké-lại	kéo lại
122	27	đầy-luân	đầy-luôn

Trang	Dòng	Chữ sai	Chữa là
132	7	ky-sư	kỹ-sư
132	13	rảnh-nỗi	rảnh-rỗi
138	18	vức-thơ	bức-thơ
146	16	siêng-năn	siêng-năng
146	28	giải nữa	giải nữa (1).

và thêm chú-dẫn như sau này :

« (1). — Trong báo l'*Echo Annamite* hôm 24 juillet 1926 có mấy dòng nói rỏ rằng hai người thiếu-niên Nam-kỳ T. Q. H. và P. V. N. là hội-viên H. V. N. T. N. từ ba năm trước, không có can-cữu việc này. »

Trang	Dòng	Chữ sai	Chữa là
148	11	tước-tốt	tươi-tốt
158	13	hăn-hái	hăng-hái
160	2	thiêng-liên	thiêng-liêng
180	3	dan-tản	dan-tà
182	1	nhà hội-sinh	nhà-hộ-sinh
190	8	chánh-qhủ	chánh-phủ
190	28	về có	vì có

Editions bilingues MONET — F. E. A.

SÁCH HAI THỨ TIẾNG CỦA MONET VÀ HỘI VIỆT-NAM THANH-NIÊN

NNAMITES, AU TRAVAIL!

Conférence aux Annamites et commentaires

ANNAM, TỈNH DẬY!

Diễn-thuyết cùng quốc-dân Annam có thêm dẫn-giải

(Saigon, juin-juillet 1926)

PAR

PAUL MONET

Fondateur du *Foyer des Etudiants Annamites de Hanoi*

Auteur de
« *Français et Annamites* »

Sáng-lập *Hội Việt-Nam Thanh-Niên ở Hanoi*

Chủ-tác sách
« *Người Pháp và Người Nam* »

DEPOT LEGAL
INDOCHINE
Nº 5598

AVEC RÉPONSES DE M.

Có mấy bài trả-lời của Ông

DƯƠNG-VĂN-LỢI

Tous droits de traduction et de reproduction réservés à la Société des Gens de Lettres
Copyright by Paul Monet septembre 1926

SAIGON
IMPRIMERIE DU CENTRE

1926

ANNAM, TỈNH DẬY!...

I

DIỄN-THUYẾT

GIẢNG NGÀY 16 JUIN 1926, Ở HỘI KHUYẾN-HỌC, SAIGON

CỦA ÔNG PAUL MONET

SÁNG-LẬP HỘI VIỆT-NAM THANH-NIÊN Ở HÀNỘI

CHỦ-TÁC SÁCH « NGƯỜI PHÁP VÀ NGƯỜI NAM »

Quí-hữu Annam,

Cách hai năm ròng tôi lại trở về đất nầy gặp mặt mấy ông thiệt trong lòng tôi vui mừng khôn xiết. Bước chơn lên địa-phận Đông-Pháp nầy tôi không thể dằn lòng chẳng nói hết cảm-tình vui-vẻ của tôi và tỏ bày những ý-kiến của tôi cho mấy ông nghe. Mấy ông cho phép tôi nói hết lời cũng như thường ngày tôi vẫn nói với những đồng-bang của mấy ông, nói hết không giấu-giếm gì, một cách thành-thiệt như là người ta nói với những người mình thương và những người thương mình...

Mấy ông chắc đã biết rằng cách 5 năm nay tôi đã lập ra « Việt-Nam Thanh-Niên Hội » ở ngoài Hànội. Hội nầy không có ý gì về đường tôn-giáo chỉ có mục-đích là mở-mang trí-thức và luân-lý cho người Annam mà thôi. Mục-đích cốt-yếu là để duy-trì cái luân-lý cũ, những phong-tục của tổ-tiên mấy ông lưu-truyền lại không phải là dở và đáng tức cười như nhiều kẻ thiếu-niên tưởng lầm đâu, nhưng thiệt là cao-thượng và quí trọng lắm, bởi vì nó khiến người ta có ý-tưởng, nâng cao linh-hồn người ta lên, lấy tình-ái trong gia-đình, lòng tôn-kính tổ-tiên, thánh hiền và đạo

ANNAMITES, AU TRAVAIL !...

I

CONFÉRENCE

PRONONCÉE LE 16 JUIN 1926
A LA SOCIÉTÉ D'ENSEIGNEMENT MUTUEL DE SAIGON,
PAR M. PAUL MONET,
FONDATEUR DU *Foyer des Etudiants Annamites de Hanoi*
AUTEUR DE « *Français et Annamites* »

Chers amis annamites,

C'est avec une joie profonde que je me retrouve parmi vous après deux ans d'absence. Je n'ai pu résister au désir de vous exprimer cette joie que j'éprouve en reposant les pieds sur la terre d'Indochine et de vous faire part de quelques pensées. Vous me permettrez de vous parler comme je l'ai toujours fait en m'adressant à vos compatriotes : sans réticence aucune, avec cette complète sincérité qu'on doit à ceux qu'on aime et dont on se sait aimé...

Vous n'ignorez pas que j'ai fondé à Hanoi, il y a cinq ans, l'œuvre du « *Foyer des Étudiants Annamites* », œuvre strictement neutre au point de vue religieux et destinée au développement intellectuel et moral de vos compatriotes. Notre but essentiel était de restaurer parmi vous la solide morale de jadis, en vous montrant que les traditions que vous ont léguées vos ancêtres, bien loin de n'être que vaines et ridicules superstitions comme certains jeunes gens tendraient à le croire, sont belles et précieuses et méritent d'être retenues, car elles élèvent l'âme en lui donnant un

thờ thầy làm nền gốc cho xã-hội, những phong-tục ấy khiến cho mấy ông biết rỏ xứ sở của mấy ông, khiến cho mấy ông càng thêm biết thương nước và có lòng cao-thượng vì nước mà bỏ hết lòng tham muốn riêng, những tình ghen ghét nhau, đặng cho nước đặng vinh-quang rực-rở. Tôi lại còn thường nói cho mấy ông rỏ cái tương-lai mà nước Pháp trù-tính cho nước Nam ; tôi bày-tỏ ra trước mắt mấy ông nước Pháp là một nước lớn, là tiên-phuông cho cái ý-tưởng, đả từng có một lịch-sữ vẻ-vang và sẻ nâng đở dân-tộc Annam và vẽ đường chánh-trị kinh-tế đặng cho dân-tộc Annam có thể bước tới một cuộc tương-lai xứng đáng với cái lịch-sữ vinh-quang thuở trước.

Những người thiếu-niên Annam ở Nam-kỳ, Trung-kỳ, Bắc-kỳ đến nghe chúng tôi diễn-thuyết thường thường có tới hàng trăm. Chúng tôi lại nhiều lần đưa đi coi mấy công xưởng, và mấy nơi đồn điền khiến cho mấy người thiếu-niên Annam biết cái nghị-lực của người Pháp làm ra tiền của thạnh vượng ở những nơi xưa kia bỏ hoang. Hàng trăm người kéo nhau đi, có chúng tôi dắc đi coi những làng ở ngoài Bắc, đả cải-lương hương-lệ theo như cách-thức của Nhà nước bảo hộ đã định và thi-hành một cách khôn khéo và kiên-nhẩn. Những làng ấy đón rước chúng tôi một cách trọng thể, trang hoàn tữ-tế và dựng khải-hoàn-môn, những người thiếu-niên ta đã thấy rỏ những sự cải-lương ấy kết quả ích lợi là dường nào ; ở những nơi xưa kia nghèo cực nay thấy nào là Trường-học, Ấu-trĩ-viên, nhà Hộ-sanh và lại những khi các hương-chức mời dự tiệc, ăn uống no say rồi cùng nhau tung-hô : « Đông-Pháp vạn-tuế, Đại-Pháp vạn-tuế ! » Lại khi, những thiếu-niên Annam vì một cảm tưởng thanh-cao kéo nhau hơn sáu chục người theo chúng tôi, lần đầu hết, tới dự cuộc lễ kỷ-niệm ở Cầu-Giấy và tôn trọng cái di-tích của mấy người thuở trước đả hi sanh tánh-mạng mà không

idéal et bâtissent la société sur le fondement solide de l'amour de la famille et du respect des ancêtres, des anciens sages et des maîtres ; elles vous font mieux connaître votre pays, vous apprennent à l'aimer et vous inspirent le noble désir de vous dévouer pour lui et de sacrifier gaiement, pour sa grandeur, les ambitions personnelles, les cupidités, les mesquines jalousies. En même temps, je m'appliquais à vous faire connaître et apprécier l'avenir que la France vous prépare ; je vous montrais notre grand pays, pionnier de l'idéal, travaillant ici comme il l'a toujours fait au cours de son histoire, à la réalisation du plan le plus généreux, à l'éducation, à l'organisation économique et politique moderne d'un grand peuple que nous voulons acheminer vers le plus bel avenir digne de son glorieux passé

C'est par centaines que des jeunes gens annamites de Cochinchine, d'Annam et du Tonkin suivaient assidûment nos conférences et nous accompagnaient au cours des excursions où, dans nos usines et chez nos colons, nous leur faisions admirer le bel effort créateur de l'énergie française qui a su faire naître la richesse et la prospérité dans des régions incultes avant notre venue. C'est par centaines qu'ils nous accompagnaient dans nos visites aux villages tonkinois qui ont su profiter des sages réformes communales que le Protectorat a conçues et préconisées, et dont il poursuit l'application avec tact et persévérance. Ces villages nous recevaient en pavoisant et dressant des arcs-de-triomphe, et votre jeunesse constatait avec nous l'heureux effet de ces réformes qui avaient apporté la prospérité là où régnait autrefois la misère : écoles, jardins d'enfants, maternités, surgis tout récemment, en témoignaient éloquemment... Et de fraternels repas offerts par les notables se terminaient au cri de : « Vive l'Indochine, Vive la France »... C'est un sentiment pur et noble qui poussait plus de soixante jeunes gens du Foyer à venir avec nous, pour la première fois, saluer avec les Français, à la cérémonie commémorative du combat du Pont-de-

phải là vô-ích, vì ngày nay hết cuộc tranh đấu đến thời hòa-bình, hai dân-tộc hiểu thấu tánh tình nhau, cùng làm ăn đặng mỗi ngày thêm tấn-bộ. Lại khi mở hội ở Hội-quán, thiếu-niên Annam vỗ tay mừng bài Quốc-nhạc (Marseillaise). Lại khi người xướng lập ra hội Thanh-Niên từ Hànội trở về Pháp-quốc đặng kiếm thêm thế-lực mà giúp giùm vào công cuộc ấy thì những tiếng reo mừng ấy cũng vang dậy...

Mấy ông ôi, mấy ông cũng đã rỏ cái công cuộc ấy không được người ta hiểu thấu và giúp giùm như là đáng lẻ người ta phải như vậy. Dư-luận của người Pháp ở đây bị lạt lối đi rồi, những người kia đáng lẻ phải cho công cuộc chúng tôi là ích lợi mà giúp giùm lại có khi không phá hại thì bỏ mặc. Tôi không muốn nói lại những chuyện đau đớn ấy làm gì, song chỉ là để nhắc lại cho mấy ông hay rằng tôi đây đã bị đau đớn vì mấy ông và đã hi-sanh vì mấy ông vậy. Vì cớ ấy mà tôi có thể nói hết lời, bày gan ruột ra với mấy ông bữa nay, như anh em ruột thịt trong nhà, như thân-hữu vậy.

Trong hai năm tôi mới ở bên Pháp đây, tôi vẫn hết sức hành-động cho mấy ông. Tôi thường nói chuyện cả giờ với mấy ông có địa-vị lớn, có thế lực làm chỉ-nam cho cái chánh-sách thuộc-địa bên nầy ; tôi hết sức làm cho bên Pháp biết hiện tình bên nầy, tôi nhờ có ông Nghị-viên Fontanier mà khiến cho tòa Nghị-viện can thiệp tới vấn-đề đó, ông Thượng-thơ thuộc-địa Daladier và hết thảy Nghị-viện đều ngợi khen công cuộc của tôi và hứa sẻ giúp đở (1).

(1) Việc can-thiệp đó đả kể ở trang 4763 đến 4766 trong báo *Journal Officiel* ngày 24 décembre 1924 (Nghị-viện thương-nghị). Nay tôi trích-lục ra sau đây :

Papier, la mémoire de ceux des nôtres dont le sacrifice n'a pas été vain puisqu'aujourd'hui le souvenir de la lutte loyale disparait devant l'œuvre de paix que permet une compréhension toujours plus parfaite des deux peuples, une collaboration plus intime pour la marche au progrès. Ce sont encore ces acclamations qui saluaient aux fêtes du Foyer, le chant de la Marseillaise... ce sont elles qui saluaient aussi, au quai de la gare de Hanoi, le fondateur de cette œuvre partant pour la France afin d'y trouver de nouveaux appuis...

Vous le savez, en effet, chers amis, l'œuvre n'a pas trouvé la compréhension et les appuis qu'elle était en droit d'attendre. L'opinion des Français d'Indochine a été égarée, et ceux-là mêmes qui auraient dû accueillir notre action avec reconnaissance et l'aider de leur mieux se sont détournés de nous, lorsqu'encore ils ne nous trahissaient pas.... Je ne veux pas revenir sur ces douloureux souvenirs, sinon pour vous rappeler que l'homme qui est devant vous en ce moment a souffert pour une cause qui est la vôtre et lui a fait les plus grands sacrifices. C'est pour cette raison qu'il se sent autorisé à vous parler comme il va le faire ce soir, à cœur ouvert, en frère, en véritable ami.

Au cours des deux années que je viens de passer en France, mon action en votre faveur ne s'est pas ralentie un instant. Je me suis longuement entretenu avec les plus hautes personnalités dont dépend l'orientation de notre politique coloniale ; j'ai fait tout ce qui est humainement possible pour faire connaître à la France la véritable situation politique de l'Indochine ; j'en ai saisi le Parlement par une intervention de M. le député Fontanier au cours de laquelle M. le Ministre des Colonies Daladier voulut bien, aux applaudissements de la Chambre, rendre hommage à mon œuvre, et l'assurer de tout son appui (1).

(1) Cette intervention est relatée pages 4763 à 4766 du Journal Officiel (*Débats parlementaires*) du 24 décembre 1924. J'en extrais ce qui suit :

Tôi đã nhiều lần diễn-thuyết ở Paris và ở mấy tỉnh bên Pháp, ở hội Nhơn-quyền, ở nhiều hội-đãng chánh-trị, ở hội Xã-hội-học, ở hội Pháp-quốc Ngoại-giáo. Sau hết tôi muốn rúng-động dư-luận của công chúng để buộc Chánh-phũ phải thi hành, cho nên in cuốn « Người Pháp và người Nam » mà các báo bên Tây đã bình-phẩm tới hơn trăm bài và tỏ ý chịu lắm. Tôi lấy làm vui lòng mà nói cho mấy ông hay rằng những người có địa-vị lớn ở trong làng chánh-trị và văn-chương đều lấy công cuộc của tôi làm là phải và hứa sẽ giúp giùm và khuyên tôi nên cố-gắng.

« Quan Thượng-thư Thuộc-địa nói: Về việc Hội Việt-Nam Thanh-Niên thì tôi xin nói để các ông biết rằng tôi đã có nghị-định. Nếu nay các ông nói về hội của Quan-ba Monet là một hội rất hay đó, thì tôi xin trình các ông biết rằng tôi đã khiến được quan Thống-xứ Bắc-kỳ trợ-cấp cho hội ấy rồi. Hội ấy đã giúp được việc rất quan-trọng là hòa-hợp hai lũ thiếu-niên ở xứ đó..... Không cần nói cũng hiểu rằng nay ta nên mở mang những hội có ảnh-hưởng hay cho thiếu-niên Việt-Nam và điều-hòa được hai cái văn-minh vừa tinh-túy và lại đặc-biệt như thế »..... « Ông Henri Fontanier nói : Về việc Hội Việt-Nam Thanh-Niên đó tôi xin cảm ơn ông đã có lòng giúp đở. Thật là một hội hay lắm. Quan ba Monet sáng-lập ra hội ấy là một viên quan binh bị-thương nặng, trước năm 1914 ông đã ở bên xứ Đông-Pháp. Ông ấy đã hồi-hưu và đã đem tư-sản ra mở Hội Việt-Nam Thanh-Niên. Mục-đích vừa vật-chất, vừa tinh-thần. Về đàng vật-chất : cốt mở cho thiếu-niên một cái nhà có sẵn báo, sách, đồ-chơi, giải-trí. Về đàng tinh-thần : cốt diễn-thuyết dậy cho thiếu-niên cái giáo-dục luân-lý đã thất học, và giảng cho biết trọng cái văn-minh củ của họ vừa biết yêu cái văn-minh thái-tây. Thật là một hội quý-hóa đáng đem bá-cáo. Hội lại rất là hoàn toàn, vì ông chủ-hội đã xuất-bản thêm một cuốn tạp-chí có hai thứ tiếng mà đọc xem rất là bổ-ích. Nhưng mở ra thành được hội như thế ông ấy đã tiêu-tốn hết bao nhiêu tiền của mà không ai phù trợ... vân vân... Sau Chánh-phủ lãnh-đạm chẳng giúp chi hết nên ông phải trở về Pháp. Đó là sau lúc ông ấy đến thăm ông, mà ông đã tỏ lòng tán-thành, như vậy tôi xin có lời cảm tạ ông lần nữa. Hởi quan Thượng-thư, cái cách ông phù-hộ như thế thật là đủ tỏ hết tấm lòng ông yêu-mến hội ấy, chắc sẽ khiến cho ông Monet được vui lòng hơi dạ vô cùng mà quên bớt được những điều tàn-tệ mà ông là một người hết lòng-thành vì nghĩa hi-sinh cho cái ý-tưởng cao-thượng kia đã chịu đau đớn bấy lâu.

J'ai donné de très nombreuses conférences à Paris et en province, à la Ligue des Droits de l'homme, au sein de différentes associations ou de groupements politiques, au cours de meetings nombreux, à la Société de Sociologie de Paris, à la Mission Laïque Française. Enfin, j'ai senti la nécessité d'atteindre la grande opinion pour exercer, à travers elle, une pression plus efficace encore sur les pouvoirs publics, et j'ai publié le premier volume de « Français et Annamites », qui a fait l'objet de plus de cent articles de la presse métropolitaine dont l'accueil fut on ne peut plus favorable. Je suis heureux, mes chers amis, de pouvoir vous le dire ici : les plus hautes personnalités

---

« *M. le Ministre des Colonies :* En ce qui concerne l'œuvre du Foyer Annamite, permettez-moi de vous dire que j'ai déjà pris une décision. Si vous faites allusion à l'œuvre du Capitaine Monet qui est, en effet, très intéressante, apprenez que j'ai obtenu du Résident Supérieur du Tonkin que cette œuvre fut subventionnée. Elle a rendu de très grands services pour le rapprochement des deux jeunesses de ce pays..... Il est évident que nous avons tous le plus grand intérêt à développer les œuvres qui nous permettent d'avoir une action heureuse sur la jeunesse annamite et favorisent le rapprochement de civilisations toutes deux si orginales et si séduisantes ».

« *M. Henry Fontanier:* Quant à l'œuvre des Etudiants Annamites, je vous remercie du geste que vous avez fait en sa faveur. Cette œuvre était extrêmement intéressante. Le Capitaine Monet, son fondateur, qui avait vécu en Indochine avant 1914, est un grand blessé de la guerre. Il a pris sa retraite et a consacré sa fortune à la création de ce Foyer Annamite. Il se proposait un but matériel et moral. But matériel : offrir au jeunes gens une maison où ils puissent trouver des livres, des distractions, des jeux. But moral : donner, au moyen de conférences, aux jeunes, une éducation morale dont ils sont privés, leur inspirer à la fois le respect de leur civilisation et le goût de la civilisation occidentale. C'était une œuvre recommandable et noble. Il l'a complétée par la publication d'une revue en deux langues dont la lecture est d'un puissant intérêt. Il a dépensé des sommes considérables à sa réalisation mais il n'en a pas été récompensé... etc... L'appui moral officiel lui a été retiré et il a dû rentrer en France. C'est après une visite qu'il vous a rendue que vous avez fait le geste dont je vous remercie à nouveau. Votre geste réparateur, Monsieur le Ministre, est pour M. Monet la meilleure des approbations et contribuera à lui faire oublier, j'en suis sûr, les injustices et les avanies dont a été victime cet homme de dévouement qu'anime l'idéalisme le plus élevé et le plus désintéressé...»

Bữa nay tôi đem cái tin tức ấy là tin tức đầu hết cho mấy ông là bạn thân-quí của tôi và là đồng-bang của tôi nữa (bởi vì ở một hội-nghị tại Paris cuối năm 1924, người ta đã cho tôi chức danh-dự dân Đông-Pháp). Mấy ông phải biết rằng hết thảy nước Pháp đều đồng lòng với chúng tôi khi chúng tôi xin rằng cái chương trình thực dân theo những ý tưởng rộng rải đã tuyên-bố tại hội Vạn-quốc, sẽ thi-hành ở tại xứ nầy. Mấy ông đừng có bao giờ nghi ngờ nước Pháp, đừng có ngã lòng, bởi vì những điều xích-mích, tránh sao cho khỏi trong khi hai dân-tộc, hai văn-minh khác nhau phải ở gần với nhau, mấy ông đừng có nóng tánh khiến cho những kẻ tham lam cầu lợi riêng lợi dụng sự ấy: Nhiều lời hứa của mấy quan Toàn-quyền qua đây không phải là lời nói gạt, bởi vì thiệt tình nước Pháp cũa chúng tôi có ý muốn như vậy. Nước Pháp vẫn thường binh vực mọi sự bất bình là nước tiên tấn trên con đường dân-quyền tự-do, không lẻ đến xứ nầy mà lại lảng bỏ cái chức vụ cao-trọng của mình lâu nay đã làm vẻ vang cho lịch-sữ, mấy ông khá tin chắc như vậy.

Nước Pháp định thi-hành cái chánh-sách khoan-đại ở xứ nầy, thì mới đây có đưa cho mấy ông một vật làm tin, tức là đã phái một người trọng yếu nhứt trong nghị-viện qua làm Toàn-quyền Đông-Pháp, mà người ấy là người từng hi-sanh cã đời mình cho những nghĩa-vụ cao thượng, từng binh-vực kẻ yếu và kẻ bị thiệt thòi, lo cho họ được giáo-dục, được tấn-hóa và được nhiều quyền lợi. Chúng ta thường nghiệm thấy rằng cái vấn-đề xã-hội bên Pháp-quốc và cái vấn-đề cai trị người bổn-xứ ở các thuộc-địa, hai cái giống in như nhau: Khi ta xét đến vấn-đề ấy thì thấy

des mondes politique et littéraire m'ont exprimé de façon touchante leur haute approbation, m'ont exhorté de leurs encouragements et assuré de tout leur appui.

Et ceci, mes chers amis et compatriotes d'adoption, (car le premier congrès annamite, réuni à Paris en fin 1924, a bien voulu m'offrir le titre d'Indochinois honoraire), ceci est le premier objet de mon message d'aujourd'hui. Il faut que vous sachiez bien que toute la France est avec nous lorsque nous lui exposons votre situation, lorsque nous demandons que le plan généreux de colonisation conforme aux principes élevés de morale humaine proclamés par la Société des Nations soit fermement et consciencieusement appliqué ici. Ne doutez jamais de la France, chers amis, ne vous laissez pas décourager par quelques malentendus inévitables lorsque des hommes de races et de civilisations différentes sont placés en contact étroit, ne vous laissez pas aller à des impatiences exploitées par quelques ambitieux intéressés : les promesses qui vous ont été faites en termes éloquents par les gouverneurs généraux qui se sont succédés ici ne sont pas des leurres décevants, car elles sont l'expression exacte du désir, de la volonté très nette de notre grand pays. Champion de toutes les grandes causes, initiateur et pionnier des plus nobles conceptions de la dignité et du droit humains, il ne faillira pas ici, soyez-en bien certains, à la noble mission qu'il a, partout et toujours, au cours de sa glorieuse histoire, généreusement assumée.

La France vient de vous donner un gage certain de la sincérité du plan généreux qu'elle entend appliquer ici en désignant, pour gouverner ce pays, un des membres les plus éminents de son Parlement, un homme dont toute la vie a été consacrée au service des plus nobles causes, à la défense des faibles et des déshérités, à leur éducation, à leur élévation, à la réalisation de la plénitude de leurs droits. Nous l'avons souvent remarqué : il est une analogie frappante entre les problèmes de la politique sociale dans la métropole et ceux de la politique indigène aux colonies :

mỗi bên đều có một số đông người coi như là chưa được mở mang trọn vẹn, bởi sai lầm về đường giáo-dục hoặc bởi chậm chạp về đường văn-minh, có kẻ thì nhận sự khuynh-hướng về số đông người đó, giăng tay thân-ái dắc họ lên ngồi bên cạnh mình, là bổn phận đương nhiên của mình, có kẻ lại trái hẳn, cố tỏ ra rằng dân nào cũng vậy, vốn không phải là toàn thiện cả, phải giữ họ trong vòng phục tùng luôn luôn, để làm cho thỏa-mản sự tư-lợi của những kẻ tự mình choán lấy ngôi cao chức lớn... Song khi nước Pháp chọn người Đại-biểu cho mình giữa mấy ông đây, thì chọn một người có lòng thương dân, lo dạy dỗ và sắp đặt cho dân theo chế độ xã-hội, bao giờ cũng là công bình và nhân-ái, cách cữ-chỉ của Pháp-quốc chúng tôi đó có ý nghỉa thâm trầm, mấy ông phải hiểu đến... Ấy đó là một vật làm tin chắc chắn về cuộc tương lai, ắt là phải nẩy ra lòng cám ơn và trông cậy của mấy ông.

Thưa quí-hữu, từ ngày tôi viết cuốn « Người Pháp và Người Nam » đến nay đã hầu một năm, những sự cải cách tôi thỉnh cầu trong sách ấy mà có kẻ coi như là sự tân kỳ đáng ghê gớm, thì ngày nay đã thiệt hành rồi. Còn những việc khác chưa thiệt hành thì cũng dã được hứa cách long trọng. Vả sự dỉ vảng là đều bảo chứng cho cuộc tương lai, chúng ta tin chắc rằng những việc đó thế nào rồi cũng sẻ thiệt hành trong thời kỳ thích đáng. Trong mấy ông, ai hay xem xét việc đời thì thấy rằng những sự trở ngại — mà ta biết trước rồi — đả bày ra, những sự chống chế đã sanh ra, phần nhiều kẻ thì vì tư lợi, còn những kẻ khác thì thành thật, nhưng cái thành thật ấy là do lòng nghi sợ hão huyền. Họ đã vận động những sự phản đối bí-mật và kịch-liệt... thế nhưng, nói tắt một lời, cuộc tấn-bộ kia thiệt đã hiển nhiên rồi, dầu chỉ trong một thời kỳ ngắn ngủi, song đã đầy dẫy những sự thiệt hành mà người ta trông đợi bấy lâu...

chacun d'eux nous place devant un ensemble important d'hommes considérés comme imparfaitement développés par défaut d'éducation et d'instruction, ou par retard de leur civilisation ; et tandis que certains considéreront comme devoir essentiel des plus privilégiés de se pencher vers ceux-là et de leur tendre une main fraternelle pour les asseoir à leur côté, d'autres, au contraire, s'appliqueront à démontrer que « le peuple » là-bas, que « ces peuples » ici, sont radicalement imperfectibles et doivent être indéfiniment maintenus en un état d'assujettissement éminemment propre à la satisfaction des intérêts personnels de ceux qui se décernent si généreusement de tels brevets de supériorité.... Lorsque la France choisit, pour la représenter parmi vous, un homme dont toute la carrière politique a été éclairée par l'amour du peuple et consacrée à son élévation par l'instruction et par l'instauration d'un régime social toujours plus équitable et plus humain, ce geste de notre patrie a une signification profonde qui doit être comprise de vous... C'est un gage certain pour l'avenir qui doit vous inspirer reconnaissance et espoir...

Mes chers amis, moins d'un an s'est écoulé depuis que nous avons écrit « *Français et Annamites* » et certaines réformes que nous demandions dans cet ouvrage et qui pouvaient paraître à d'aucuns d'une nouveauté presque subversive sont aujourd'hui réalisées... D'autres ont été promises solennellement, et le passé nous est garant de l'avenir... les autres enfin, nous en sommes convaincu, viendront en leur temps. Ceux d'entre vous qui ont observé les faits auront remarqué que des difficultés — d'ailleurs prévues — ont surgi, des oppositions se sont produites, la plupart intéressées, d'autres sincères, mais résultant de craintes chimériques. Des campagnes sourdes ou violentes ont été menées... et pourtant, simplement et sûrement, chaque pas en avant a été fait en son temps en une période si courte mais déjà toute pleine de réalisations longtemps attendues.

Làm sao những sự trở ngại phần nhiều không phải ra từ kẻ binh vực quyền-lợi riêng của mình vì sợ người ta cướp đi, mà lại ra từ kẻ bị Chánh-phủ có nhiệm vụ nặng nề kia phải coi chừng luôn-luôn và đề phòng một cách khôn khéo?... Thật, nhơn dân xứ Đông-Pháp nầy đã tỏ ra cho Chánh-phủ ấy các chứng cớ bởi lòng thâm hiểu và biết ơn, lòng ấy sẽ được nước Pháp chứng minh cho, và nếu có cần, cũng sẽ là một cách khuyến miễn cho nước Pháp nữa. Nhưng làm sao trong đồng-bang mấy ông lại có kẻ làm ra những việc vụng về, cũng có khi là tội lỗi nữa, để cho những người nào không quen thuộc như chúng tôi, nghi rằng người Annam không có lẽ phải và không biết ơn? Nói thế thì mấy ông đủ hiểu tôi muốn nói gì rồi, không cần phải nói nhiều hơn nữa. Qui-hữu ta ơi! mấy ông hãy tự xem xét lấy mình, đừng để cho những kẻ điên-cuồng, là kẻ tham lam và bạo-động, đến phá-hoại cái công cuộc lớn đương thành-lập ra trong xứ nầy, và làm cớ cho những phe dùng cái chánh-sách lấy vỏ lực mà cai trị kia, là cái chánh-sách mấy ông và chúng tôi đều không thích. Chúng ta không thể mượn hai chữ « đải thời » làm cớ mà trì huởn những sự cải-cách cần phải làm ngay bây giờ. Song chúng ta cũng không nên nóng-nẩy vội-vàng quá, quên lững cái nguyên tắc xưa nay là: Phàm làm việc gì cũng phải thuận-thời mới được. Ấy là đều tôi thường lập đi lập lại cho hội viên hội Thanh-Niên ở Hà-nội mà giải bày ra bằng một cách khôi hài như vầy: « Chớ có vụng về như kẻ tập làm vườn kia, kéo những lá cây ra cho mau nứt và xé nụ hoa ra cho mau nở ». Mấy ông biết thừa rằng, các quan Thủ-hiến lập lên để cai-trị, còn các học-sanh thì lo việc học, thế mà mấy gã thanh-niên kia lại dạy biểu cách chánh-trị cho những người bề trên, là người tuổi cao tác cả, từng-trải việc dân việc nước, thì thật là trái với lề lối tốt của dòng giống các ông lắm, mới nghe qua đã đủ trái tai rồi; dầu sự dạy biểu ấy có ý tốt đi nữa cũng không thể thứ được. Những người dân biết phải, ở trong một xứ đương cần sự giáo-dục và thèm thòi nhiều đều trí-thức mới hầu như mình không có chút nào, đáng lẽ thì bắt con cái phải yên lặng mà chăm chỉ học hành, ngỏ hầu báo đền cho cha mẹ

Pourquoi faut-il donc que les difficultés majeures ne proviennent pas de la défense intéressée de privilèges qui se croient menacés, mais bien de ceux-là mêmes qui sont l'objet des attentions constantes et sagement avisées d'un Gouvernement dont la tâche est lourde ?... Certes les populations indochinoises ont su donner à ce Gouvernement des témoignages touchants de leur compréhension et de leur gratitude qui compteront devant la France et resteront, s'il en était besoin, comme de précieux encouragements. Mais pourquoi faut-il aussi que des gestes maladroits, coupables même, parfois, aient été commis par tels de vos compatriotes qui feraient douter, par des observateurs moins informés que nous, du bon sens et de la reconnaissance annamites ? Vous savez à quoi je fais allusion sans qu'il soit nécessaire de préciser davantage. Faites, mes chers amis, votre police vous-mêmes, et ne tolérez pas que quelques agités ambitieux et turbulents viennent compromettre l'œuvre grandiose qui s'accomplit ici et fournir des arguments aux partisans d'une politique de domination par la force dont vous et nous ne voulons pas. Nous ne saurions accepter qu'on invoquât des temporisations nécessaires comme prétexte à l'ajournement indéfini de réformes qui s'imposent plus que jamais. Mais nous ne voulons pas non plus, en brûlant les étapes, méconnaître ce principe historique : le temps ne respecte pas ce qu'on fait sans lui. C'est ce que j'exprimais sous une forme plaisante en répétant souvent aux membres du *Foyer des Etudiants Annamites* de Hanoi : « Ne commettez pas la maladresse de l'apprenti jardinier qui venait tirer les feuilles pour les faire pousser plus vite, ou qui déchirait les bourgeons sous prétexte de les aider à éclore. » Vous avez trop de bon sens pour ne pas comprendre, par exemple, que les gouverneurs sont faits pour gouverner... et les étudiants pour étudier, et qu'il est choquant au premier chef, contraire aux meilleures traditions de votre race, de voir tels jeunes gens donner à des hommes éminents, mûris par l'âge et par l'habitude des plus lourdes responsabilités, des conseils politiques que l'excellence des intentions ne

và giúp đở cho xứ sở mai sau, ghi lòng yêu mến và cám ơn nước Pháp là nước đã dắc mình lên con đường tấn hóa, thế mà lại dung túng cho chúng nó ra đường nhập bọn với những đám thị-oai vận động buồn cười và có khi là đáng ghét thì thật là khờ dại quá.

Không lẻ dân tộc Annam là một dân tộc hay xem xét, có trí khôn lanh lợi và kỷ lưởng, mà lại không biết thâu lấy những đều ích lợi của các bài học trong lịch-sử, nhứt là quyển lịch-sử hiện đương dỡ ra trước mắt mình và ở ngay cửa mình. Đó là tôi muốn nói về nước Tàu. Nước nầy đã lớn lại củ và ưa sự hòa bình hơn hết các nước trong thế gian, chính mấy ông đã thâu thái lấy những nguyên chất của sự văn-minh cực-điểm nước ấy, thế mà ngày nay đương dảy dụa trong cơn bối-rối khốn khổ, bị vày đạp dưới bàn chơn bọn quân-phiệt đê-tiện kia là đồ tham tàn không biết sỉ-nhục là gì. Trong xả-hội có ba cái nguyên tắc đời đời không thay đổi, là gia-tộc, quốc-gia, và nhân-đạo, nhờ đó mà người ta có tinh thần cố kết với nhau, bỏ lợi riêng mà toan lợi chung hết lòng hoặc có khi cần phải liều mình để giúp việc côngchúng, song vì nước Tàu đả lảng bỏ những nguyên tắc ấy thì trở nên miếng mồi của bọn tham lam, chúng nó đè níu cấu xé, không kể liêm sĩ, ăn thịt chính tổ quốc mình. Các đều hại đó là tại sự bất kĩnh tổ tiên và khinh bỏ quốc túy đã mở đàng ra, đả lâu nay đám quan lại mà Đức Khổng-Tử đả cho như là cha mẹ dân, thì lại bóp nặn dân một cách hèn mạt. Sự hối lộ gớm ghiếc đả làm thối nát lương tâm người ta, thế mà bọn dân hèn không những chẳng lấy sự mình bị hà lạm làm tức tối, lại coi như sự tự nhiên và quyền chánh đáng, tự nghĩ rằng giá một mai quyền ấy may lọt vào tay mình thì mình

saurait suffire à justifier. Il serait insensé que les habitants raisonnables d'un pays épris d'instruction et avide d'acquérir les nombreuses connaissances dont il est encore presque totalement dépourvu puissent tolérer que leurs enfants descendissent dans la rue pour s'y livrer à des manifestations ridicules toujours, odieuses parfois, au lieu de se consacrer entièrement à l'étude silencieuse et appliquée qui rendra féconds les sacrifices de leurs parents et permettra à la jeunesse d'aujourd'hui de mieux servir le pays demain, en gardant au cœur son amour profond et la reconnaissance envers la France qui l'aura guidé vers le progrès.

Il me paraît impossible, surtout, que le peuple annamite, si observateur, d'une intelligence si vive et si déliée, se montre incapable de tirer profit des leçons de l'Histoire... et d'une Histoire, qui se déroule aujourd'hui sous ses yeux, à ses portes. La plus grande, la plus ancienne nation démocratique et pacifiste que l'univers ait connue, cette Chine dont vous avez reçu les éléments d'une civilisation qui atteignit aux plus hauts sommets, se débat aujourd'hui dans les pires convulsions, écrasée sous la botte d'un militarisme abject au service des ambitions, des cupidités les plus éhontées. Pour avoir méconnu ces principes éternels de la morale, de la solidarité, de l'effacement de chacun devant l'intérêt général, du dévouement et parfois de l'abnégation nécessaires au service de la cause commune : famille, patrie, humanité, elle est devenue la proie de quelques ambitieux qui l'oppriment, la déchirent et se repaissent sans pudeur des lambeaux de leur patrie. L'oubli du respect des ancêtres, la désaffection de l'esprit national, leur avaient préparé les voies, et, depuis longtemps déjà, le mandarin — dont Confucius présentait la charge publique comme un sacerdoce réservé aux plus dignes — pressurait indignement le pays; l'odieuse vénalité avait pourri les consciences, et le plus humble citoyen, bien loin de s'indigner des exactions dont il était la victime, les considérait comme l'exercice naturel et

lại củng sẳn lòng làm như bọn kia. Một cái đoàn thể tan nát như vầy thì dễ mà tiếp rước những cái mầm thuối tha từ ngoài đưa vào, những mầm ấy nứt ra nhạy lắm, và sự tai hại cuối cùng vì đó mà đưa đến càng mau. Ấy là đều đả sanh ra ngày nay trước mắt chúng ta, chính chúng ta phải biết hiểu lấy và thâu lấy làm bài học ích lợi cho mình. Ấy củng vì muốn cấp tiến quá mà một nước lớn ở châu Âu và một nước lớn ở châu Á đả ngả xuống trong vòng áp-chế của mấy kẻ tư tưởng cao-kỳ, họ đả phá hoại hết cả sự văn-minh trong khi đẩy tổ-quốc mình vào vủng máu, mà muốn thoát ra khỏi đó còn lâu lắm. Những quan niệm về chánh-trị khi bạo-dạn quá, quên rằng trước khi cải-cách phải khai trí thức, dưởng tinh thần của một dân tộc to lớn lâu nay đả bị vua chúa kềm chế dưới ách nặng và dưới tay kẻ chăn hung dữ, thì những quan niệm ấy chĩ là lý tưởng hảo huyền và nguy hiểm mà thôi. Một cái chánh thể càng khuynh hướng về kiểu dân-chũ tối-tân, công bình quãng đại, thì càng cần phải hết thảy quốc-dân đều chung lo việc công ích ; muốn được vậy thì mổi người phải có cái tình sâu yêu tổ-quốc và nhân loại, có tâm thành vì nó mà hi-sanh luôn luôn cái lòng tham danh trục lợi của mình. Một dân-tộc mà choán được một vị trí dưới bóng mặt trời và chắc có vận-mạng rất tốt về sau, ấy là nhờ sự tấn hóa về tinh thần, mở mang về trí thức, và cao siêu về linh hồn, làm cho mổi người đều có lương tâm về nghề nghiệp, có lòng lo làm hết bổn phận đề cứu mọi kẻ khác ; chớ không phải bởi sự vui đâu chúc đó nó cổ động tình dục xấu xa chung quanh mình, và xô xuống vực sâu những dân tộc mà bọn bạo ngược mới ấy toan giải cứu họ, trở lại đày-đọa và hiếp-đáp họ.

Trong cuộc diễn-thuyết ở nhà hội « Việt-Nam Thanh-Niên » Hànội, ngày 8 tháng 10 năm 1922, tôi có khuyên

légitime du pouvoir et se sentait tout disposé à faire de même si, par fortune, une parcelle de ce pouvoir venait à lui échoir un jour... Un tel ensemble en décomposition est tout disposé à accueillir favorablement les germes de putréfaction venus du dehors ; ils y prolifèrent bien vite, et le désastre final en est grandement accéléré. C'est ce qui se produit aujourd'hui sous nos yeux, sachons le comprendre et en tirer pour nous-mêmes d'utiles leçons. C'est aussi pour avoir voulu « brûler les étapes » que la plus vaste nation d'Europe et d'Asie est tombée sous la domination de quelques illuminés qui ont compromis gravement toute une civilisation en faisant glisser cet immense pays dans un gouffre de sang dont il sera long à se relever. Les conceptions politiques les plus généreuses ne sont que dangereuses utopies lorsqu'on oublie qu'il faut, avant toute autre réforme, éclairer l'esprit et élever l'âme d'un peuple immense que ses maîtres ont trop longtemps maintenu à l'état de troupeau sous le joug implacable de ses mauvais bergers. Plus un état politique tend vers un mode de gouvernement démocratique moderne, juste et généreux, plus il fait appel à tous les citoyens qui doivent être alors les collaborateurs de l'œuvre publique ; il est nécessaire pour cela que chacun ait au fond du cœur l'amour sacré de la patrie et de l'humanité, et le désir profond de sacrifier pour elles. à tout instant, ambitions personnelles, vanités mesquines et cupidités. C'est par la conquête du progrès moral, par le développement de l'instruction, par l'élévation de l'âme qui donne à chacun la conscience professionnelle et l'amour de la tâche accomplie pour le salut de tous, qu'un peuple conquiert sa place au soleil et qu'il assure ses plus belles destinées ; ce n'est pas par la ruée de quelques appétits qui déchaînent autour d'eux les pires passions de l'âme humaine et précipitent aux abîmes les peuples que ces nouveaux tyrans prétendent libérer et qu'ils asservissent en les avilissant.

Au cours d'une conférence faite au *Foyer des Étudiants Annamites* de Hanoi le 8 octobre 1922, nous mettions nos

bạn thanh-niên ta phải giữ mình về ảnh hưởng bất lương của những cái thuyết gọi là tối tân kia, tôi có chỉ cho anh em sự nguy-hiểm về gia tộc luân-lý mà nói như sau nầy (xin coi trong Tạp-Chí Thanh-Niên phần tháng 9 năm 1923):

«... Khốn cho những kẻ không biết yêu kính cha mẹ mình, rồi khi họ có con, đến phiên họ sẽ biết đau đớn về sự chúng nó khinh dễ. Một xã-hội mà gồm những phần-tữ gia-tộc lìa tan như vậy là đáng bị khuynh đồi, bổn phận tôi là phải chỉ rỏ cho anh em cái nguy-hiểm gớm-ghê ấy một cách rất tha thiết.» Nhiều kẻ thiếu-niên tưởng rằng cái chế độ đại gia-đình dả không còn có ở bên Tây thì phải coi như không hiệp với đời bây giờ, vì đời nầy buộc những người trong một gia-tộc phải đi tản rà mà làm công việc ở các thành thị gần hoặc xa. Có những kẻ thiếu-niên Tàu không đủ sức biết những cái thuyết quá-khích là ngu muội và nguy hiểm, dám chủ trương đến cực đoan, mượn cái lốt cá nhân chủ-nghĩa và tự-do mà đi dạy dỗ cái nghĩa « cọng-thê », coi đờn bà là của chung của những người dân « tấn-hóa » ấy, và cái nghĩa « cọng-tữ » là nhà nước phải lo việc dưởng dục con cái. Giá không sợ những lời nói bậy ấy có cơn diên-cuồng quá mà lây ra cho kẻ khác, thì cũng nên chỉ đối phó nó bằng một cách thương xót và khinh dể mà thôi. Song tôi phản đối hẳn, tôi tin quyết rằng sự duy-trì cái chế-độ đại gia-đình là có ích cho xứ mấy ông, nhờ có nó mà sẽ ngăn trở được những đều bất tiện sanh ra bởi cuộc văn-minh mới, chỉ phải sữa đổi lại một ít, mà sự sữa đổi ấy nói ra đây thì dài quá... »

Hởi bạn hữu ta là người Annam, xin cho một người đã tốn công tốn của và chịu cực khổ vì anh-em, hôm nay lại đem tin của nước Pháp bác ái và quảng đại đến cho anh-em, được nói hết với anh-em những đều sôi lên trong mình. Hảy giữ mình cẩn thận về những sự phiến động đến từ bên

jeunes amis en garde contre l'influence nocive de certaines théories dites modernes en leur signalant le danger au point de vue de la morale familiale dans les termes suivants (*Revue du F. E. A.* du 1er septembre 1923):

«... Malheur à ceux-là qui ne savent pas respecter leurs parents : lorsqu'ils auront des enfants, ils connaîtront la douleur d'en être méprisés à leur tour... Une société composée de telles cellules familiales en état de désagrégation est condamnée à l'effondrement, et notre devoir est de vous signaler de la façon la plus instante un aussi redoutable danger. Beaucoup de ces jeunes gens croient que le système de la *grande famille* n'existant pas en Occident doit être considéré comme incompatible avec la vie moderne, qui oblige les membres de la famille à se disperser pour aller exercer leur activité en des cités plus ou moins lointaines. Certains jeunes Chinois, poussant jusqu'à l'extrême des théories « bolchevistes » dont ils sont incapables d'apprécier la sottise et le danger, vont jusqu'à préconiser, sous prétexte d'individualisme et de liberté, la « socialisation » de la femme qui appartiendrait en commun à ces citoyens « évolués » et l'« étatisation » de l'éducation des enfants. On aimerait ne répondre à de telles divagations que par la pitié ou le mépris si une certaine contagion n'était à craindre même dans les cas de la pire folie. Je suis, au contraire, fermement convaincu de ce que le maintien de la « grande famille » sera extrêmement salutaire à votre pays — à condition de subir certaines modifications dont l'exposé m'entrainerait trop loin — et interviendra fort heureusement pour enrayer chez vous le développement de certains graves inconvénients de la civilisation moderne »...

Annamites, mes chers amis, permettez à un homme qui a beaucoup donné et souffert pour vous, et qui vous apporte aujourd'hui le message de la France fraternelle et généreuse, de vous dire sans réticences, avec tout l'élan de son cœur : Gardez-vous avec soin des agitations venues du

ngoài, hảy tránh xa những người làm bộ bạn-hửu và kẻ giải cứu anh-em, họ là kẻ nhiều loạn nguy hiểm, đến phá-hoại những công cuộc của nước Pháp chúng tôi đã trải lòng và giang tay mà đưa đến cho anh-em. Chớ vì sự tham lam điên-dại ấy mà để cho những bạn hữu của anh-em là người Pháp ở bên Pháp và ở bên nầy sẻ ngã lòng và cho anh-em là khờ-dại và bội bạc. Chớ làm hại, hoặc giã không thể cứu được, sự kết quả bởi lòng cố gắng rộng rải đã làm ra trong xứ nầy, để cho những người chỉ lo phần lợi riêng mình mượn đó làm cớ đặng để thi hành sự áp chế họ vẫn muốn thầm mà nước Pháp không muốn. Họa là ngu dốt lắm hay là có ý xấu thì mới chối công-nghiệp lớn lao của nước Pháp chúng tôi đã làm thành trong xứ nầy; vì ở đây đả nhờ nước Pháp mà được bình yên, nước Pháp đả tặng cho xứ nầy những đồ dùng về kinh tế, làm cho mỗi ngày mở mang thêm và thạnh vượng bội phần. Nước Pháp đã quyết định mỗi ngày một làm hoàn thành và cải-lương cái cơ quan cai trị trong nước Nam, và cần có sự hiệp-tác cũa anh-em ngày thêm mở rộng, sự ấy sẻ làm cho anh-em được vững chải về đường chánh-trị và kinh-tế, trong một kỳ hạn rất gấp tùy theo sự tấn hóa thâm-trầm cũa mình. Chớ có nghi ngờ! Sự hiện tại đủ làm cũa tin cho anh-em về cuộc tương lai. Chớ đem hoài nghĩ khồ-khắc và bất tín quá đáng mà làm ngã lòng những người rất tốt của anh-em, tức là bạn hữu rất thành-thiệt cũa anh em! Những sự không hiểu nhau nếu có đi nữa, cũng sẻ mỗi ngày một tiêu tán đi với luồng gió mạnh cũa tinh-thần nước Pháp, như những sương mù ban đêm tan ra khi có khí nóng mặt trời.

Chúng tôi dã có sự vui lớn, là khi ở bên Pháp chủ ý mà nhìn coi cuộc tấn hóa về chánh-sách đối với người bồn xứ, chúng tôi thấy các tờ báo kia ở Đông-Pháp mà ngày trước chúng tôi vẫn tránh xa, thì bây giờ cũng giúp giập vào những sự cải cách chúng tôi đã yêu cầu, một cách không ngần ngại gì. Các ủy-viên ngoại đạo hay có đạo, các người theo nghĩa dân chủ thành thiệt hay các người tin Chúa Cứu-thế, tức là hết thảy những người Pháp chịu nồi khí

dehors, éloignez-vous des hommes qui se présentent à vous en libérateurs et en amis et qui viennent, trublions dangereux, compromettre l'œuvre de ceux que notre pays a envoyés vers vous, le cœur ouvert et la main tendue. Ne souffrez pas que, par ces ambitieux et ces fous, vos amis français de France et d'Indochine soient amèrement déçus et vous prennent un jour pour des insensés et des ingrats. Ne compromettez pas, irrémédiablement peut-être, le résultat des généreux efforts qui sont faits ici en donnant, à ceux qui n'aiment que leurs seuls intérêts, des prétextes trop faciles à l'exercice d'une domination qu'ils désirent secrètement et dont la France ne veut pas. Il faudrait être bien ignorant ou manquer de toute bonne foi pour nier la grandeur de l'œuvre que notre pays a accomplie dans ces contrées : il y a fait régner la paix française, il les a dotées d'un outillage économique qui se développe chaque jour davantage et en centuplera la prospérité. La France est fermement décidée à compléter et améliorer chaque jour l'organisation administrative de votre pays et à faire appel à votre collaboration qui, toujours plus étendue, vous permettra, dans le plus bref délai compatible avec d'aussi profondes évolutions, d'assurer vous-mêmes votre vie politique et économique. Ne doutez pas ! Que le présent vous soit un gage de l'avenir ; ne découragez pas, par un septicisme amer et une méfiance injuste, vos meilleurs, vos plus sincères amis ! Les malentendus, s'il en fût, se dissipent chaque jour sous le souffle puissant du génie français, comme les buées nocturnes disparaissent aux chauds rayons du soleil.

Notre joie a été grande lorsque, suivant en France avec une attention émue l'évolution présente de notre politique indigène, nous avons vu tels journaux d'Indochine, dont nous avions été profondément séparés, soutenir sans hésitation l'application de réformes libérales que nous appelions de tous nos vœux. Missionnaires laïques ou religieux, démocrates sincères ou chrétiens convaincus, tous les Français qui supportent ici, pour y accomplir leur

hậu nặng nề ở đây để làm trọn bồn phận mình, rày về sau sẽ hiệp thành đoàn thể thiêng liêng, cùng theo một phương-châm mà nước Pháp đã định cho công việc mình ở thuộc-địa, thiệt hành cái thiên chức khai hóa giáo-dục khắp cả, chẳng ngần ngại và cũng chẳng cầm chừng, đặng làm cho cái vận-mạng của xứ sở anh-em trở nên tốt lành rực rở mà trong anh-em không ai ngờ đến. Tôi xin nhắc lại những lời tôi đả nói với bạn đồng bang anh em ở Hà-nội trong bài diễn-thuyết lần thứ nhứt ở Hội Thanh-Niên mà tôi kể lúc nảy có một đoạn rằng :

«... Trong khi theo sự dạy-dồ của thầy giáo mình, khi gắng sức học cho càng thạo tiếng chúng tôi là thứ tiếng giàu có diệu-dàng, các anh lại tập mà tổ-chức cho xứ-sở mình theo nguyên-tắc của khoa-học cần dùng cho mọi nước muốn sanh tồn và thạnh-vượng ở ngày nay ; song nhứt là các anh phải học lịch-sữ nước Pháp mà thâu-thái lấy cái chơn-tướng cao-thượng, phải do văn-chương và hiền-triết nước Pháp mà hiểu thấu những tư-tưởng cao-siêu, phải lần lần hóa theo tư-tưởng ấy, làm thành ra của mình, lại yêu-chuộng nó, thật-hành những tư-tưởng đó ra trong đời các anh.

Không nước nào có thể làm trọn cái chức vụ khai-hóa các anh cho bằng nước Pháp chúng tôi. Vì những cái tánh riêng hay biết sâu, hay cảm, hay thích hiệp của người Pháp lập thành sự thân-mật giửa các anh và chúng tôi, lại có thể mỗi ngày một mở rộng thêm sự hiểu nhau và thương nhau, là sự mà phàm mình làm công việc gì cũng phải nhờ nó mới có kết-quả.....»

«..... Hỏi bạn thiết ta, cuộc tương lai rực-rở đương ở trước mặt các anh. Ấy là một ngày sáng-sủa chói-dọi nơi mắt các anh trong giờ mà các anh bước chơn vào con đường đời mình. Nhưng mà con đường ấy không phải là dễ luôn luôn đâu ; muốn theo con đường đó cho kỳ cùn, các anh phải có cái nghị-lực vững-bền đặng đạt đến mục-

tâche, les rigueurs du climat, suivront désormais en une union sacrée la direction que la France a voulu donner à son œuvre colonisatrice considérée comme l'exécution d'un mandat d'instruction et d'éducation intégrales, sans hésitations ni restrictions, pour l'accomplissement de vos destinées aussi belles, aussi glorieuses qu'aucun de vous le peut désirer. Permettez-moi de vous répéter ce que je disais à vos compatriotes de Hanoi au cours de la première de nos conférences du Foyer dont je vous citais tout à l'heure un passage :

«... En suivant l'enseignement de vos maîtres, en vous efforçant de toujours mieux posséder notre langue si riche et si harmonieuse, vous apprendrez à organiser votre pays suivant les principes scientifiques nécessaires à toute nation qui veut aujourd'hui vivre et se développer, mais vous apprendrez surtout à dégager de toute son histoire la sublime figure de la France, à bien comprendre, par ses littérateurs et ses savants, les idées élevées qui l'ont toujours inspirée, à vous assimiler peu à peu ses concepts, à les faire vôtres, à les aimer, à les réaliser au cours de votre vie.

« Nulle nation n'aurait su mieux que la nôtre remplir auprès de vous ce rôle éducateur: les qualités d'intuition profonde, de sensibilité, de faculté d'adaptation des Français établissent entre vous et nous des rapprochements étroits et permettent chaque jour davantage le développement d'une compréhension réciproque et d'une mutuelle sympathie qui sont indispensables au succès d'une telle mission...»

«.... L'avenir est beau devant vous, mes chers amis. C'est un jour radieux qui luit à vos yeux à l'heure où vous vous engagez sur la route de la vie. Mais cette route n'est pas toujours facile; il vous faudra, pour la suivre avec persévérance, la volonté ferme d'atteindre le but si beau qui vous est proposé. *Vous n'y parviendrez que par un*

đích cao-xa đã nêu ra cho các anh. Các anh sẻ đạt đến đó chỉ nhờ sự cố-gắn về đường tinh-thần tấn-hóa và nhờ sự nghiên-cứu các vấn-đề về sự tồn tại của linh hồn loài người và cái thái độ nó hiện ra trong thế-giới vật-chất mà chúng ta đương sống. Song bởi sự dụng-công hằng-lâu đó các anh sẻ thấy trong linh-hồn cao-siêu mình những đều thỏa mãn của sự kiêu-căng và tham-dục kia vô chừng. Ấy là cái lòng yêu nước mình, cái lòng muốn làm cho nước mình càng thêm may-mắn và tốt đẹp, nó nẩy ra cho các anh cái sức mạnh đủ mà chiến-thắng những sự hư-vinh, tự-túc, tham-dục và giả-tâm, bởi những sự ấy sanh ra sự ăn hối-lộ, là đều thúi-tha đã làm cho nước Tàu ra tan nát như chúng ta thấy ngày nay đó; cũng là cái lòng yêu nước đó nó giục lòng các anh tin cậy và cảm ơn nước Pháp là nước có thể dẫn dắc các anh tới chỗ mục-đích, lại vừa giữ cho các anh khỏi sa xuống vực sâu. Hởi bạn-thiết ta, hảy để cho chúng tôi dắc-dẫn các anh; các anh khá yên lặng mà học-tập, nghe các thầy giáo mình, khá chăm chỉ trong sự dạy bảo, và phải dụng công về sự tinh thần tấn hóa chớ trễ nhác, phải nhớ rằng mọi sự tấn-hóa khác đều là phụ cho sự đó. Hảy chừa những sự hốp tốp đáng khinh, hảy tránh những người sanh sự và làm rầy rà... Nước Pháp đã được cái đặc-quyền dẫn-dắc các anh, thì các anh phải cố gắng bước tới luôn luôn, lại phải biết ngó cao hơn và xa hơn sự tư-lợi, nghĩa là phải có một cái lý-tưởng... và phải để mắt luôn luôn nhìn vào cái ánh sáng ở đằng xa nó soi tỏ con đường mình đương đi ».

Hởi quí-hữu, ấy là những lời tôi đã thường nói với đồng bang của mấy ông, bây giờ tôi nói lại ở đây, tôi dám khuyên-nhũ mấy ông phải biết tin nhiệm và nhẫn nại, vì tôi đã trải mấy năm trời, bị người ta không hiểu, đến nổi như là họ bội-bạc với tôi, mà tôi cũng không nản chí. Tôi lấy làm tự đắc rằng đã chịu những lời mắng-nhiếc rất thô bỉ, đã bị bọn cọng-sản xúm quanh mình tôi và dọa giết chết tôi tại Paris, bởi vì tôi đã cã gan chống-cự lại bọn ấy trong khi chúng nó đương hành động đặng xui giục những người đồng-bang các ông và bày tỏ những hiệu quả ghê

effort constant vers le progrès moral, par l'étude des problèmes que posent devant vous l'existence de l'âme humaine et son attitude en présence de l'univers matériel où nous vivons. Mais vous trouverez dans l'élévation de votre âme par ce travail constant des satisfactions infiniment supérieures à celles de l'orgueil et de la cupidité. C'est l'amour pour votre pays, le désir de le rendre toujours plus heureux et plus beau, qui vous inspirera la force nécessaire pour vaincre la vanité puérile, la suffisance turbulente, la cupidité et l'ambition, et leur fille, la **vénalité,** cette plaie purulente qui a conduit la Chine à l'état de décomposition où nous la voyons présentement ; c'est cet amour pour votre pays qui saura vous inspirer confiance sans restriction et reconnaissance profonde envers la France qui aura su vous guider vers le but en vous gardant des précipices. Laissez-vous guider, mes chers amis ; étudiez en silence, écoutez vos maîtres, observez leurs enseignements, *et travaillez sans relâche à votre progrès moral en vous rappelant que tout autre progrès est subordonné à celui-là ;* réprimez les impatiences inconsidérées, fuyez les agités et les turbulents... Appliquez-vous assidûment à cette ascension où la France a le privilège de vous guider : mais apprenez à voir plus haut et plus loin que vos intérêts particuliers : ayez un idéal... et sachez à tout instant fixer les yeux, au bout de votre route, sur la lumière qui doit l'éclairer ».

Tel est, mes chers amis, le langage que j'ai toujours tenu à vos compatriotes ; je le tiens encore aujourd'hui, et suis autorisé à vous recommander confiance et patience, parce que de longues années d'une incompréhension ressemblant, parfois, à de l'ingratitude ne m'ont pas découragé. Je suis fier d'avoir subi les injures les plus grossières, d'avoir été entouré et menacé de mort, à Paris, par des communistes qui poursuivaient leur action criminelle parmi vos compatriotes, parce que je m'étais permis de leur tenir tête et de montrer les résultats abominables qu'aurait certainement

gớm sau nầy nếu mà đồng-bang các ông nghe theo lời cổ-động của chúng nó. Tôi bị họ công-kích bên tã bên hữu, song kẻ môn-đồ của thầy Tữ-Tư nầy vẫn giữ trung-thành với đạo « Trung-dung», lắm khi phải đứng trong cảnh ngộ khó khăn. Mấy ông bạn tôi ơi! Mấy ông phải biết tỏ lòng kiên nhẫn, lẻ thật bao giờ sau hết cũng làm cho người ta phải phục... Chĩ rằng muốn thấy được cuộc thắng của nó thì phải biết đừng chết trước là đủ. Cái ngày ấy mấy ông sẻ thấy được, vì mấy ông không làm việc tự-vận, là một tội-ác đối với chánh mình mấy ông, và dối với xứ-sở mấy ông, mà những kẻ gây loạn, những kẻ làm đục nước béo cò và những kẻ xui dại định tâm khiến mấy ông làm sự tội ác ấy. Ấy là cùng nước Pháp và bởi nước Pháp mà cái mộng tưởng tốt đẹp nhứt của nước Nam và cã Đông-Pháp sẻ thành hình. Mấy ông ở đây dã hiểu như vậy rồi sẻ làm cho mọi kẻ chung quanh mình đều hiểu nữa, hảy tung-hô rập với tôi rằng :

« Đông-Pháp vạn tuế !

« Đại-Pháp vạn tuế ! »

leur propagande, s'ils étaient écoutés. Attaqué de droite et de gauche, le disciple de Tu-Tu qui tient à rester fidèle à la doctrine du Trung-Dung que nous appelons « juste milieu » se trouve parfois en difficile posture... Sachons, mes amis, nous montrer persévérants... La vérité finit toujours par s'imposer... Il suffit, pour assister à son triomphe, de savoir ne pas mourir avant... Et vous verrez ce jour, mes amis, parce que vous ne ferez pas le geste de suicide, le crime contre vous-mêmes et votre pays auquel voudraient vous pousser les fauteurs de désordre, pêcheurs en eau trouble, et autres donneurs de mauvais conseils. C'est avec la France et par elle que l'Annam et toute l'Indochine réaliseront leur rêve le plus beau. Et vous tous ici qui l'avez compris et le ferez comprendre autour de vous, crierez avec moi :

« Vive l'Indochine !

« Vive la France ! »

II

MẤY ĐIỀU BÀI-BÁC CỦA MỘT ĐỘC-GIẢ ANNAM

LÀ ÔNG DƯƠNG-VĂN-LỢI
VỀ BÀI DIỄN-THUYẾT CỦA ÔNG PAUL MONET
(đã đăng ở báo *l'Echo Annamite*,
từ ngày 5 đến 8 Juillet 1926)

Ông Paul Monet đã làm việc, đã chịu đau-đớn cho chúng tôi, thì điều ấy chúng tôi xin công-nhận ngay. Vì ông đã mở ra *Hội Việt-Nam Thanh-Niên* ở Hànội, xuất-bản sách «*Người Pháp và Người Nam*» và diễn-thuyết ở bên Pháp khiến cho công-chúng Mẫu-quốc lưu-tâm về những vấn-đề Đông-Pháp, thì ông đã làm được ba việc cho Annam phải mang-ơn. Vậy chúng tôi chỉ có thể hết lòng cảm tạ ông là người yêu Annam thành-thực. Nói vậy rồi, nay xin kể đến bài diễn-thuyết của ông đã giảng hôm thứ-tư 16 Juin ở Hội Khuyến-Học Nam-kỳ.

Thoạt đầu ông Monet nhắc lại cho công-chúng biết H. V. N. T. N. rất hay của ông ở Hànội và việc mở ra Hội ấy đã khiến cho đảng người Pháp phản-động tiến-hóa ghét-bỏ công-kích. Ông có nhắc lại cả những cuộc diễn-thuyết ông đã giảng tại bên Pháp do ý hay của ông định khiến cho công-luận chú-ý về sự giải-quyết những vấn-đề Đông-Pháp. Ông đã kể những chủ-ý hay của nước Pháp đối với dân Annam, và nói rằng những việc của ông hành-động được nhiều nhà chánh-trị và văn-sĩ chứ-danh bên Pháp ngợi-khen. Sau cùng ông có tả cái cảnh rối-loạn u-ám ở bên Tàu cùng cái vạ quá-khích nguy-hiểm, ông bảo ta nên ôn-hòa suy-xét để cho người khỏi lấy cớ dùng cường-quyền

II

RESTRICTIONS ET RÉSERVES D'UN LECTEUR ANNAMITE

M. DƯƠNG-VĂN-LỢI

A LA CONFÉRENCE DE M. PAUL MONET

(Publié par *l'Echo Annamite* du 5 au 8 juillet 1926)

M. Paul Monet, nous nous empressons de le reconnaître, a beaucoup travaillé, même souffert pour nous. Par son œuvre du *Foyer des Etudiants Annamites* de Hanoi, la publication de son livre « *Français et Annamites* », ses causeries en France, destinées à intéresser le public métropolitain aux questions d'Indochine, il s'est créé un triple titre à la reconnaissance des Annamites. Nous ne pouvons donc que savoir infiniment gré à ce sincère annamitophile. Ceci dit, passons à sa conférence faite le mercredi 16 juin dernier au siège de la Société d'Enseignement Mutuel de la Cochinchine.

M. Monet a commencé par rappeler son œuvre admirable du F. E. A. à Hanoi et l'hostilité des Français réactionnaires que cette œuvre a suscitée. Il a rappelé ses conférences faites en France dans le louable dessein d'intéresser l'opinion publique française aux problèmes indochinois. Il a parlé des bonnes intentions de la France à l'égard du peuble annamite, de l'approbation de ses efforts par de hautes personnalités politiques et littéraires françaises. Enfin, après avoir fait un tableau assez sombre de l'anarchie chinoise et du danger bolcheviste, après avoir fait un appel au bon sens, au calme des Annamites, de façon à ne pas donner des arguments, des prétextes faciles à ceux

áp-chế, ông bèn khuyên Annam ta nên bền-chí vững-lòng tin-cậy những điều nước Pháp đã hứa cho ta.

Vậy trừ ra việc sáng-lập H. V. N. T. N. ở Hànội, việc ông đã đi cổ-động ở bên Pháp về quyền-lợi của Annam, thì trong bài diễn-thuyết hôm 16 juin, ông Monet chỉ làm có một việc là nhắc lại những điều mà lắm người khác yêu Annam... bằng thuyết-lý, đã từng nói nhiều lần. Về những chủ-ý hay của nước Pháp thì ông Monet nói rằng : « Các ông phải biết rằng khi chúng tôi thỉnh-cầu thi-hành tận-tâm ở xứ này cái chánh-sách thực-dân quảng-đại theo như chủ-nghĩa luân-lý cao-thượng của Hội Vạn-quốc đã tuyên-bố ra, thì cả nước Pháp cùng đồng-ý với chúng tôi... Xem như mới rồi nước Pháp đã cử một ông nghị-viên chúa-chóp, một người cả đời đã hi-sinh vì công-nghĩa công-lý để bênh-vực những kẻ yếu-đuối, giáo-dục mở-mang cho được đầy-đủ lợi-quyền... Các ông chớ bao giờ ngờ-vực nước Pháp». Trong một buổi diễn-thuyết tại Hànội, tuy hẳn lời văn khác, nhưng trong ý thì Quan Toàn-quyền ta cũng đã nói y như thế.

Vậy thế là Ông Varenne, rồi đến Ông Monet đều giảng-đạo cho những kẻ đã hiểu-đạo. Thật thế, xưa nay, it ra là đến bây giờ, chưa khi nào Annam có ngờ-vực nước Pháp, không tin lòng thành-thực của nước Pháp muốn dìu-dắt Annam tiến-tới văn-minh. Xem ngay chứng-cớ hiển-nhiên thấy lúc nào Annam cũng thành-tâm xin mẫu-quốc mở-mang cho thì biết rằng Annam rốc-lòng tin-cậy nước Pháp.

Nhưng rồi Ông Monet sau sẽ đồng-ý với chúng tôi công-nhận rằng tới ngày nay cái lòng tin-cậy của dân chúng tôi đã chịu nhiều phen thử-thách đau-đớn. Thật thế, ta còn

qui désirent l'exercice de la domination par la force, il leur a conseillé la patience et la confiance en la sincérité des promesses de la France.

A l'exception de son œuvre du F. E. A. à Hanoi, de la propagande qu'il a faite en France pour la cause annamite, M. Monet, dans sa conférence du 16 juin, n'a fait que répéter ce que d'autres annamitophiles... en parole ont dit maintes fois bien avant lui. Au sujet des bonnes intentions de la France, M. Monet a dit : « Il faut que vous sachiez bien que la France est avec nous lorsque nous demandons que le plan généreux de colonisation conforme aux principes élevés de morale humaine proclamés par la Société des Nations soit fermement et consciencieusement appliqué ici... La France vient de vous donner un gage certain de la sincérité du plan généreux qu'elle entend appliquer ici en désignant pour gouverner ce pays un des membres les plus éminents de son Parlement, un homme dont toute la vie a été consacrée aux plus nobles causes, à la défense des faibles et des déshérités, à leur éducation, à leur élévation, à la réalisation de la plénitude de leurs droits... Ne doutez jamais de la France. » Dans un de ses récents discours prononcé à Hanoi, notre gouverneur général, en des termes différents, bien entendu, a dit exactement la même chose.

Eh bien, M. Varenne et après lui, M. Monet ont prêché à des convertis. Jamais, en effet, du moins jusqu'à ce jour, les Annamites n'ont douté de la France, de son sincère désir de les conduire vers leur modernisation par le chemin du progrès. Le fait même qu'ils ont toujours exprimé, sans fard ni arrière-pensée, leurs aspirations à la France a été la preuve la plus manifeste de leur confiance en elle.

Toutefois, M. Monet conviendra avec nous que jusqu'à ce jour, notre confiance a été mise à de très rudes épreuves. On se rappelle, en effet, les promesses de réformes faites

nhớ rằng trong hồi Âu-chiến Ông Sarraut giỏi tài hùng-biện kia đã hứa sẻ cải-lương chánh-trị thế nào để khuyến-dũ Annam khỏi náo-động cấp-tiến. Té ra đến khi đình-chiến những điều hứa đó coi ngay như thể mấy cái ngân-phiếu hẹn để mấy đời, và khi nào có cần lắm mới thèm giả. Rồi sau đến ngay Ông Long và Ông Merlin kế-thay trị-vì theo thói bác-tước tự-quyền, xin độc-giả xem lại bài «Thế nào rồi sẽ gây ra vạ chiến-tranh ở Đông-Pháp » của ông Ch. Bellan đã đăng lại trong báo này hôm 15 juin mới rồi thì rõ. Thật là lúc nào Annam cũng sẵn lòng tin-cậy. Sau những hồi thất vọng đó tấm lòng tin-cậy ấy đã lao-đao sắp ngã trong một lúc. Nhưng khi được tin đã cử người đảng xã-hội là Ông Varenne sang làm Toàn-quyền Đông-Pháp thì cái lòng tin-cậy ấy lại hồi-đứng vững-vàng mạnh-mẽ hơn xưa.

Hẳn rằng nay cử Ông Varenne đứng đầu Đông-Pháp thế là nước Pháp muốn tỏ-ý quyết thực-hành cải-lương chánh-trị xứ nầy. Chính ông Varenne đã nói thế, và nhiều người Pháp cũng đã nói thế từ trước Ông Monet rồi. Còn Annam cũng chẳng ai nghĩ khác thế. Nhưng mà đến tận ngày nay cái chánh-sách quảng-đại kia vẫn còn chưa ra khỏi giới-hạn thuyết-lý, và chỉ dùng làm những vấn-đề bàn-luận hão và viết nhật-trình mà thôi. Hôm 20 avril 1926, tôi đã nói ở trong báo này như sau đây: «Nước Pháp cử cho ta một vị Toàn-quyền ở đảng xã-hội thế là muốn tỏ cho ta biết có những chủ-ý quảng-đại. Xong vì bọn thực-dân bác-tước kia đồng loạt ngăn-trở thì chắc rằng Ông Varenne sẻ chỉ làm cho ta được vài việc cải-lương nhỏ-mọn chẳng thay-đổi gì mấy trong chánh-thể ngày nay ». Hôm 27 mai sau tôi lại viết nữa rằng : « Sự ngăn-trở to nhất phải phá đổ bây-giờ là sức phản-động tiến-hóa của bọn thực-dân quyền-thế hung-hăng xưa nay vẫn bắt các quan Phó-soái, Toàn-quyền phải tuân-theo cái mệnh-lịnh hống-hách sau nầy: Một là phải quy-phục nó, hay là phải cách-khứ-về. Vậy dân Annam không thể nào cầm lòng lo-

par le prestigieux M. Sarraut pour calmer l'impatience des Annamites pendant la dernière guerre européenne. On connaît le sort de ces promeses qui, cyniquement, la paix revenue, ne furent plus considérées que comme des traites faites sur un avenir indéfiniment reculable, et payables seulement sous une pressante nécessité. On connaît ensuite les règnes d'exploitation des indigènes et du bon plaisir de MM. Long et Merlin, pour lesquels, je renvoie ceux qui désirent s'en faire une idée, à l'article : « Comment on prépare la guerre en Indochine » de M. Ch. Bellan, reproduit dans ce journal du 15 juin dernier. Vraiment les Annamites avaient une confiance à toute épreuve. Après les déceptions que nous venons d'énumérer, elle a vacillé pendant un moment. Mais elle s'est rétablie vite, plus forte, à la nouvelle de la nomination du socialiste Varenne au gouvernement de l'Indochine.

Sans doute, la désignation de M. Varenne à la tête de l'Indochine était un signe certain du désir de la France d'instaurer ici une politique de réformes. M. Varenne l'a dit, et d'autres Français l'ont dit aussi avant M. Monet. Les Annamites n'ont pas pensé autrement. Mais jusqu'à ce jour, cette politique indigène libérale n'est pas encore sortie du domaine des théories et n'a servi que de sujet de discussions oiseuses et d'articles de journal. Le 20 avril 1926, j'ai écrit dans ce journal : « En nous envoyant un gouverneur socialiste, la France a voulu nous montrer ses intentions généreuses. Cependant en raison de l'opposition systématique de la clique exploitante de la colonie, M. Varenne ne réussira probablement qu'à nous accorder quelques petites réformes qui ne changeront pas grand'chose au régime actuel. » Le 27 mai suivant, j'ai encore écrit : « Le plus gros obstacle à vaincre en l'occurrence, c'est la réaction coloniale, très puissante jusqu'à ce jour et qui a toujours réussi à imposer aux gouverneurs et gouverneurs généraux ce fameux dilemme : se soumettre ou se démettre. Le peuple annamite ne peut s'empêcher de se demander avec

sợ mà tư-vấn rằng không biết Ông Varenne có thể làm trọn được cái trách-nhiệm lớn ấy chăng ».

Nghe những lời của Ông Varenne tuyên-cáo mới rồi ở nhà Xã-Trưởng Saigon thì tôi lại càng lấy làm úy-khủng. Cứ xem những nông-nỗi hiện-thời thì tôi dám đoán-trước (mà mong tôi là một kẻ đoán sằng) rằng Ông Varenne cũng như mấy ông trước chỉ cho chúng tôi uống no diễn-thuyết mà thôi. Ông Monet nói về những việc tiến-bộ từ ngót một năm nay. Nhưng tiếc thay ông không nói rõ. Còn thiển-ý tôi chỉ thấy mới làm được có hai điều : Một là cho Annam không phải vào làng tây mà được vào ngạch tây, hai là dảm bớt cái phép giam tù nợ người bản-xứ. Nói thật ra hai việc nhỏ-mọn đó khác chi hai con chuột nhắt mà một quả núi lớn kia mới đẻ ra. Những cách cải-lương nửa-chừng như vậy mà sự thi-hành lại để mặc quyền tự-do của các người Pháp ở thuộc-địa — vì Ông Varenne không muốn can-dự đến việc quản-trị của các thủ-hạ — và bởi lẽ rằng một cách cải-lương chỉ nhờ có người thi-hành tốt mới có kết quả hay, vậy những cách cải-lương nửa-chừng đó sẽ là vô-ích cho chúng tôi lắm. Vậy không, Ông Monet ơi, chúng tôi không ngờ-vực nước Pháp và những chủ-ý hay của nước Pháp mà các quý đại-biểu cử sang khai-hóa văn-minh cho chúng tôi đã bố-cáo nhiều lần. Nhưng mà những đại-biểu ấy đã làm cái chức-trách của nước Pháp giao cho để khai-hóa văn-minh ở Đông-Pháp này ra làm sao? Nay tôi lại xin độc-giả xem lại bài của Ông Ch. Bellan đã kể ở trên thì rõ. Chính Ông Monet đã biết họ dùng cách bác-tước và áp-chế dân ở xứ này. Vậy thế là họ phản-bội những chủ-ý hay của nước Pháp. Nước Pháp biết thế, dân Pháp biết thế, Nghị-viện biết thế,nhưng dù Ông Monet nghĩ sao, nói sao, dù Ông đã ra sức hành-động thế nào mặc lòng, nước Pháp, dân Pháp và Nghị-viện vẫn lãnh-đạm làm-thinh.

Mà thực thế, Ông Monet có nói rằng : « Tôi đã xuất-bản quyển thứ nhất về bộ sách *«Người Pháp và Người Nam»*, có hơn 100 bài bình-phẩm ở các báo mà thiên-hạ rất hoan-nghênh. Các nhà chánh-trị cùng các nhà văn-sĩ đại-danh

inquiétude si M. Varenne pourra se consacrer en entier à l'accomplissement de sa tâche considérable ».

Les dernières déclarations que M. Varenne a faites à l'Hôtel-de-Ville de Saigon m'ont affermi dans mes appréhensions. Du train dont vont les choses, je ne crains pas de prophétiser (avec l'espoir d'être, en l'occurrence, un mauvais prophète) que M. Varenne, tout comme ses prédécesseurs, ne pourra guère que nous abreuver de discours. M. Monet a parlé de « pas » faits en avant depuis moins d'un an. C'est dommage qu'il n'ait pas précisé. Pour ma part, je n'en vois pas d'autres que l'accession des Annamites non naturalisés aux cadres européens et la restriction apportée à la contrainte par corps vis-à-vis des indigènes. A vrai dire, ce sont là deux souris dont une montagne a accouché. Ces demi-mesures dont l'application sera laissée au soin discrétionnaire des coloniaux — M. Varenne tenant à ne pas s'immiscer dans la gestion de ses collaborateurs — et étant donné qu'une mesure ne vaut que par ceux qui l'appliquent, ne nous seront d'aucune utilité pratique. Non, Monsieur Monet, nous ne doutons pas de la France et de son intention tant de fois affirmée par ses représentants autorisés de nous civiliser. Mais comment ses représentants en Indochine ont-ils accompli la mission civilisatrice qu'elle leur a confiée ? Je renvoie derechef mes lecteurs à l'article de M. Charles Bellan ci-dessus cité. M. Monet connaît lui-même parfaitement le régime d'exploitation et d'oppression des indigènes en usage en ce pays. C'est la trahison des bonnes intentions de la France. La France le sait, le peuple français le sait, le Parlement le sait, mais, quoiqu'en pense et dise M. Monet, et quelques efforts qu'il ait pu faire, la France, le peuple et le Parlement français restent indifférents.

M. Monet a dit, en effet : « J'ai publié le premier volume de « *Français et Annamites* » qui a fait l'objet de plus de cent articles de la presse métropolitaine dont l'accueil fut on ne peut plus favorable. Les plus hautes personnalités

đều ngợi-khen khuyến-miễn cảm-động cho tôi ra sức cố-gắng, và lại tỏ lòng bảo-trợ chắc-chắn ».

Những sự ngợi-khen, khuyến-miễn, bảo-trợ, hoan-nghênh đó, thật quý lắm, tôi cũng xin công-nhận thế. Nhưng rút lại chỉ là những cảm-tình phát ra vụt-chốc trong trí các dân có tính hào-hiệp dũng-xuất như dân Pháp đối với những sự bất-bình hà-hiếp những kẻ yếu-đuối. Đó là những cảm-tình quý thật, nhưng là hư-tưởng vô-ích, xin Ông Monet chớ phiền.

Hay là xét ngay như khi thấy họ công-kích tàn tệ Ông Varenne và chánh-sách quảng-đại của ông đối với dân bản-xứ, thì tất cả công-chúng và Nghị-viện Pháp đều náo-động chê-trách. Bên tòa Hội-đồng Thương-mại Kỹ-nghệ Đông-Pháp ở Paris, hôm 20 mai có lập một nghị-định nghiêm-khắc rằng Hội-đồng không chấp không ưng việc công-kích ấy và muốn phải thôi đi. Còn ở tòa Nghị-viện, mấy ông Moutet, Perrier, Hesse, đã phản-đối lại việc công-kích ấy rất kịch-liệt, khiến cho Hội-đồng *bỏ lửng* việc Outrey vấn-cứu về tình-hình Đông-Pháp. Nhưng đó chỉ là mấy tiếng quảng-đại các ông ấy hò-hét trong một lúc bất-bình tức-giận những kẻ dã-tâm công-kích khinh-thị Ông Varenne, và tuy ông đã bố-cáo *khắp mọi nơi* cái chánh-sách quảng-đại với dân bản-xứ, nhưng ngót một năm nay, hầu hết ông chưa làm cho tí gì.

Rồi trong khi mẫu-quốc « lãnh-đạm vô-tình » theo như lời báo l'*Opinion* đã nói, thì cái chánh-sách khủng-hoảng ấy lại cứ việc trị-vì ở Đông-Pháp, các người thực-dân tàn-bạo kia vẫn thái-nhiên như cũ, vì Ông Varenne không muốn can-dự đến công-việc của những thủ-hạ, điều ấy ông đã có nói, ông muốn để cho chúng hết cả trách-nhiệm các việc.

des mondes politique et littéraire m'ont exprimé de façon touchante leur haute approbation, m'ont exhorté de leur encouragement et assuré de leur appui ».

Approbation, accueil, encouragement, appui, c'est fort bien, j'en conviens. Mais, au demeurant, ce ne sont que des sentiments, de ces sentiments qui naissent naturellement et spontanément chez les peuples chevaleresques et primesautiers comme le peuple français à l'annonce des injustices commises vis-à-vis des faibles sans défense. Ce sont des sentiments nobles sans doute, mais platoniques, n'en déplaise à M. Monet.

Qu'on en juge plutôt par la bruyante désapprobation de l'abominable campagne contre M. Varenne et sa politique indigène libérale par le public et le Parlement français. D'une part, le Comité du Commerce et de l'Industrie de l'Indochine à Paris a voté le 20 mai un ordre du jour où, en termes énergiques, il se déclarait étranger à cette campagne qu'il désapprouvait complètement et désirait voir cesser. D'autre part, à la Chambre des députés, MM. Moutet, Perrier, Hesse, ont énergiquement protesté contre cette campagne et ont obtenu de la Chambre le renvoi *sine die* de l'interpellation Outrey sur la situation de l'Indochine. Mais ce ne furent que cris généreux arrachés à ces messieurs par leur indignation momentanée, devant l'évidente mauvaise foi des détracteurs et des adversaires de M. Varenne, qui, bien qu'il eût proclamé *urbi et orbi* sa politique indigène libérale, ne nous a encore, depuis près d'un an, presque rien donné.

Puis, pendant que la métropole « rentrait » pour s'y murer dans sa « souveraine indifférence » pour reprendre un terme de l'*Opinion*, le régime de terreur continuait à régner en Indochine, œuvre néfaste des coloniaux à la trique que M. Varenne n'a pas beaucoup dérangés, ne voulant pas, a-t-il dit quelque part, regarder à ce que font ses collaborateurs, à qui il entend laisser l'entière responsabilité de leurs actes.

Để cho mỗi người phải chịu trách-nhiệm những việc của mình thời phải, nhưng cần có một người để phòng khi giữ cho cái trách-nhiệm ấy được ngay-ngắn và để chừng-phạt kẻ dở. Vậy nay hình-như không có *người-ấy* ở Đông-Pháp. Những người Pháp làm quan cai-trị ở trên, hay làm chức-sự ở dưới, đều cứ tự-do, ai muốn làm gì thì làm.

Bởi thế những kẻ gây-sự làm loạn có tội chưa lo phải phạt mà những người bị-gây làm loạn, cố-nhiên là Annam, cả đến lũ con nít, đã bị đánh-đập tàn-nhẫn. Thấy vậy mấy kẻ chúng tôi bèn sì-sào nói rằng : nay quan Toàn-quyền ta đi vắng đó mà. Họ kêu rằng Ông Varenne yêu chúng tôi lắm, nhưng ông cũng sợ lũ phản-động tiến-hóa. Bởi vậy ông phải bảo chúng tôi yên-lặng giữ lấy chật-tự mà lũ phản-ác kia họ vẫn quấy rối mà họ vô tội.

Vậy phải yêu chúng tôi một cách bớt khẩu-thuyết... và thành-thực hơn. Phải làm hẳn cho những việc cải-lương chúng tôi khẩn-cầu mà những người Pháp thành-ý cộng-hòa đã cho là chính-đáng. Có lẽ có kẻ thủ-hạ của Ông Varenne đã bảo ông rằng nếu Annam xin gì mà cho ngay thì hóa ra như thể là quan Toàn-quyền bất đắc dĩ phải nhân-nhượng. Nhưng thế là nhầm! Chúng tôi là một dân bảo-hộ xin mở-rộng cho chút quyền-lợi, hễ cho chúng tôi được điều gì như thế thì chúng tôi sẽ lấy làm thâm tạ. Nhưng các quan Thống-đốc ta rõ là có ý muốn *giữ nguyên lối cũ* nên không muốn để tai điều đó. Bởi vậy mới tri-hoãn lờ-mờ khiến cho chúng tôi ngã lòng nản-chí.

Nước Pháp lãnh-đạm vô-tình, Ông Varenne dụ-dự chẳng quyết, thế là đủ khiến cho cái chánh-thể bác-tước hà-hiếp cứ kéo đại giải cho Annam lầm-than khốn-khổ mãi. Tôi chẳng dấu chi, những lời Ông Varenne bố-cáo mới rồi ở nhà Xã-Trưởng Saigon đã làm cho chúng tôi tuyệt-vọng chua-sót, và khiến cho nhiều người tưởng rằng các quan Toàn-quyền đều giống nhau cả. Theo dư-luận các báo bên

Il est logique de laisser à chacun la responsabilité de ses actes. Mais encore faut-il qu'il y ait quelqu'un pour établir, le cas échéant, cette responsabilité et pour sévir. Il semble bien, présentement, que ce *quelqu'un* n'existe pas en Indochine. Chacun y fait ce qu'il veut, du côté des Français, dirigeants ou autres.

C'est ainsi que les provocateurs, véritables fauteurs de désordre, n'ont pas été inquiétés, alors que les provoqués, les Annamites bien entendu, jusques et y compris les enfants, ont été frappés sévèrement. Carence de notre gouverneur général, chuchottent quelques-uns d'entre nous. M. Varenne nous aime, disent-ils, mais il a peur aussi de la réaction. Aussi s'est-il borné à nous exhorter au calme, à l'ordre que ses adversaires ont troublés impunément.

Il nous faut une affection moins... verbale et plus agissante. Il faut nous accorder franchement les réformes que nous demandons et que tous les Français sincèrement démocrates ont trouvées légitimes. Peut-être certains collaborateurs de M. Varenne lui ont-ils représenté qu'accorder aux Annamites des réformes aussitôt qu'ils les demandent donnerait au gouverneur général l'air de céder, de faire des concessions malgré lui. Erreur ! Nous sommes un peuple en tutelle qui demande un élargissement de ses droits et tout ce qui nous sera accordé dans ce sens sera accepté avec reconnaissance. Nos gouvernants, cependant, visiblement intéressés au maintien du *statu quo*, n'ont pas entendu la chose de cette oreille. De là, des tergiversations incompréhensibles qui nous découragent.

Indifférence de la France, hésitations de M. Varenne, voilà de quoi assurer la pérennité du régime d'exploitation et d'oppression dont souffrent les Annamites. Je ne dissimule pas que les récentes déclarations de M. Varenne faites à l'Hôtel de Ville de Saigon ont été pour nous d'amères déceptions et ont fait dire à plus d'un que tous les gouverneurs se valent. Selon la presse locale et même

này và bên mẫu-quốc thì Ông Varenne sắp về Pháp. Thế mà ông không cho chúng tôi biết ý ông định xử làm sao cho những điều thỉnh-cầu cải-lương mà chúng tôi đã đem trình sau hôm ông tới đây, ông chỉ diễn-thuyết kéo-giải về những quyền-lợi của nước Pháp ở đây và sự ông kêu là « hạnh-phúc » cho nước Nam được cậy nhờ nước Pháp trong đàng vận-mệnh. Vậy đó chỉ là mấy lời kinh-văn cũ mà thôi.

Nhưng về chỗ này Ông Varenne với Ông Monet rất hợp-ý nhau. Ông Monet đã kể lại một đoạn diễn-thuyết ông đã giảng ở Hànội năm 1922 rằng: « Ngoài nước Pháp không có nước nào gánh-nổi chức-trách khai-hóa anh em. Ấy là cùng với nước Pháp và nhờ nước Pháp mà nước Nam sẽ đạt-tới mục-đích mong-tưởng đẹp-đẽ ». Nếu không phải vì Ông Monet có lòng quý-hóa yêu-mến Annam thì tôi đã chực kêu lên rằng: « Ông là thợ-bạc, Ông Josse ơi! » Nhưng thế nào cũng chẳng qua lời tôi đã nói trong một bài trước rằng thật là khó không thể lấy gì làm bằng-chắc cho lời bố-cáo ấy được. Chúng tôi chỉ biết có một điều là : Nước chúng tôi đã chịu ở dưới quyền cai-trị của Pháp-quốc được ba phần thế-kỷ rồi mà nay phải chịu thua kém nhiều nước lân-bang về đàng kinh-tế, và nay dân chúng tôi cầu-xin mà không chắc được một chút tự-do để dần dần ngóc đầu ra ngoài tròng nô-lệ nửa chừng nó bó-chết chúng tôi.

« Anh em còn chưa « đứng tuổi » hưởng-dụng được không nguy-hiểm, những quyền tự-do mà anh em đòi lấy, đây là lời người ta đã nói hồ được 10 năm nay. Hãy khoan, rồi nước Pháp sẽ cho anh em tự-do dần-dần theo trình-độ tiến-hóa». Ôi tiến-hóa ! Xin Giời soi-xét ! Đâu là cách mở-mang cho sự tiến-hóa trác-tuyệt ấy ? Thế mà chúng tôi cứ trờ mãi, đợi mãi... Hết ông Toàn-quyền nọ đến ông Toàn-quyền kia sang trị-vì Đông-Pháp như nước chảy qua cầu, và chúng tôi cứ ngóng-trông hoài, khác chi như chị Anne, chỉ thấy có « mặt-giời bụi-mù với cỏ xanh ngắt ».

métropolitaine, M. Varenne était à la veille de sa rentrée en France. Au lieu de nous renseigner sur la suite qu'il comptait réserver aux demandes de réformes que nous lui avons présentées au lendemain de son arrivée en Indochine, il s'est longuement étendu sur les droits de la France en ce pays et sur ce qu'il a appelé la « singulière chance » pour l'Annam d'avoir eu, dans sa destinée, affaire à la France. C'est une vieille antienne.

Mais sur ce point, M. Varenne et M. Monet se rencontrent. M. Monet a dit, citant une conférence qu'il fit à Hanoi en 1922 : « Nulle nation n'aurait su mieux que la nôtre remplir auprès de vous ce rôle d'éducateur. C'est avec la France et par elle que l'Annam réalisera son rêve le plus beau ». N'était l'annamitophilie de bon aloi de M. Monet, je serais bien tenté de m'écrier : « Vous êtes orfèvre, M. Josse ! » En tout cas, comme je l'ai dit, dans un précédent article, il est fort difficile d'étayer de preuves une telle déclaration. Nous ne pouvons que constater ceci : après trois-quarts de siècle passés sous la domination de la France, notre pays se trouve très sensiblement en retard sur la plupart des pays voisins, au point de vue de son organisation économique et notre peuple en est encore à demander, sans l'espoir de les obtenir d'ailleurs, quelques libertés élémentaires pour s'élever légèrement au-dessus de ce demi-esclavage où il étouffe.

« Vous n'êtes pas « mûrs » pour jouir sans inconvénients des libertés que vous demandez, nous a-t-on répété depuis bientôt dix ans. Attendez, la France vous les accordera à mesure de votre évolution. » Evolution ! Mais justes dieux ! quelle est donc la mesure de cette fameuse évolution ? Cependant, nous avons attendu, attendu encore et toujours... Des gouverneurs ont succédé aux gouverneurs à la tête de l'Indochine, de l'eau a coulé sous les ponts, et comme sœur Anne, nous ne voyons que le « soleil qui poudroie et l'herbe qui verdoie ».

Ông Monet đã biểu-bạch rằng : « Chúng tôi sẽ không chịu để cho người ta viện lẽ cần phải *đợi thời* làm cớ trì-hoãn mãi những việc cải-lương khẩn thiết. Nhưng chúng tôi cũng không muốn nóng-nảy mất tuần-tự mà quên lời huấn-cáo xưa nói rằng : phàm việc gì cũng phải thuận thời nhi tác mới được » ... « Vậy các quý-hữu Annam, xin hãy tin-cậy, hãy vững-tâm ! » đấy là lời của Ông Monet kêu đó.

« Ta nên biết kiên-nhẫn... Chân-lý sau hết bao giờ cũng bắt người phải phục... Chỉ cần biết không chết trước là đủ trông thấy cuộc thắng của chân-lý... » Có lẽ đó là một lời khuyên khó theo lắm. Vì ông Monet quên rằng muôn việc ở đời đều có giới-hạn, lòng tin-cậy của người ta cũng thế. Chẳng cần phải giấu-giếm, cái lòng tin-cậy của chúng tôi ở nước Pháp và ở quan Toàn-quyền bây giờ đã sa-ngã nhiều và mỗi ngày càng yếu-đuối đi. Đã bị nhiều phen lừa-gạt, nay dân Annam tỉnh-ngộ ra, bèn co mình lại mà chịu đau-đớn ngấm-ngầm trong cách nô-lệ mà họ đã dùng muôn cớ chói-chặt muôn đời. Đã uổng-công nhọc sức cầu-xin không được một chút quyền-lợi tự-do để sống ra cách người, chớ không phải làm trâu-ngựa như từ xưa đến giờ, nay dân Annam tuyệt-vọng, lo rằng có ngày kia sẩy-tới rồi dân sẽ không cầu-xin Chánh-phủ Pháp một li gì nữa.

Nhưng chớ thấy dân nín-lặng thế tưởng là dân chịu nhẫn-nhục đâu. Dân tộc Annam kể đã từ nghìn năm nay, lịch-sử nhiều khi thất bại, nhưng lắm lúc vẻ-vang. Nghĩ tới lịch-sử đó thì Annam không thể nào cầm-lòng bỏ không can-dự quyền chánh, và cam-chịu cho kẻ thực-dân cai-trị hà-hiếp. Vậy rồi dân sẽ chịu ẩn-nhẫn, bên ngoài coi như người bỏ-mặc việc đời, lặng-yên cho họ hà-hiếp, còn những kẻ a-dua chúng tôi thì cứ cố phỉnh-nịnh các ông chúa quyền một cách đê-tiện, nói rằng cái gì ở Đông-Pháp này cũng là hoàn-mỹ cả để cho các ông được sướng-ý vững-tâm. Và những kẻ ham đồng bạc của chúng tôi kia cứ việc

M. Monet a déclaré : « Nous ne saurions accepter qu'on invoquât des temporisations nécessaires comme prétextes à l'ajournement indéfini de réformes qui s'imposent plus que jamais. Mais nous ne voulons pas non plus, en brûlant les étapes, méconnaître ce principe historique : le temps ne respecte pas ce qu'on fait sans lui ». « Confiance, patience, mes chers amis annamites ! », s'est écrié M. Monet.

« Sachons nous montrer persévérants... La vérité finit toujours par s'imposer... Il suffit, pour assister à son triomphe, de savoir ne pas mourir avant... » C'est peut-être là un conseil difficile à suivre. Car M. Monet semble oublier que tout en ce monde a une limite, y compris la confiance des hommes. Il ne servirait de rien de cacher que notre confiance en la France, en notre actuel gouverneur général a beaucoup faibli en ces temps derniers et qu'elle diminue chaque jour davantage. Après de multiples déceptions, le peuple annamite, désillusionné, commence à se replier sur lui-même pour souffrir en silence le régime d'esclavage qu'on s'ingénie, sous mille prétextes à éterniser. Las de demander en vain des droits et des libertés pour vivre en homme et non plus en serf comme jusqu'ici, il est à craindre qu'un jour vienne où il ne demandera plus rien au gouvernement français.

Cependant son silence ne saurait être interprété à résignation. Le peuple annamite est millénaire, son histoire glorieuse est tissée de revers et de succès. Le souvenir de son passé historique, la conscience de sa parfaite unité l'empêcheront toujours d'abdiquer entièrement, de se résigner à jamais au sort injuste que l'administration coloniale lui impose. Il vivra alors retiré en lui-même, apparemment indifférent à tout, même aux plus graves injustices, cependant que des courtisans de notre race s'empresseront comme aujourd'hui autour des pontifes du pouvoir pour les assurer servilement de ce que tout est

xướng-ca vui-thú trong đám khói nhang phỉnh-nịnh nghi-ngút...

Nhưng sau lúc yên-lặng này thường không khỏi sinh ra tai-vạ gió-bão gớm-ghê, trong khi lòng dân bản-xứ chứa-chấp thù-hằn, thế mà những kẻ dua-nịnh kia cứ ca-tụng sằng những công-đức nhà-nước bảo-hộ làm cho dân sung-xướng và lòng người Annam cảm-ơn chánh-phủ mở-mang. *Nhưng hễ Annam còn có thể giữ được trí sáng-tỏ và nén được lòng phẫn-nộ*, thì Annam không phản-loạn. Ở đây sẽ không có « buổi nguy-kịch » như tôi vẫn thường nói luôn. Nay Annam chỉ có tay không với đòn-gánh làm khí-giới mà biết rằng Ông Varenne có sẵn quân-lính súng-đạn trái-phá. (Vì có hai lần Ông Varenne muốn bênh-vực mình một cách lịch-thiệp, ông đã lấy lòag quảng-đại bảo cho chúng tôi biết trước cả ý muốn dùng những khí-giới ấy). Như vậy sự phản-loạn chỉ tồ tai-hại cho những kẻ khởi loạn mà thôi.

Vả lại, khi Ông Monet tả cái cảnh rối-loạn u-ám mờ-mịt ở bên Tầu bây giờ, thì chắc hẳn ông có ý như Ông Varenne với nhiều người khác muốn đem cái hiền-tượng ghê-gớm ấy ra trước mặt chúng tôi để khuyên chúng tôi chớ có bao giờ liều-mình phản-loạn. Vậy chúng tôi xin cảm-ơn các ông ấy và xin phép thưa các ông ấy một điều rằng: Nếu nước Tầu « nay đang dẫy-lụa đau-đớn khốn-nạn », thế là cốt tìm lấy một lối sinh-tồn, và chắc rằng qua khỏi cái bước đầu nan đau-đớn ấy rồi nước Tầu sẽ thành ra một nước văn-minh phú-cường to-lớn. Bấy giờ sẽ không phải là nước Tầu hèn-yếu cũ-xưa bị lũ quân-phiệt Âu-châu hiếp-đáp, mà sẽ là một nước Tầu tráng-kiện, liệt-hàng với các đại-cường-quốc và sẽ làm người bảo-thủ quyền-lợi trong cuộc chiến-tranh kinh-kế nay-mai ở Thái-bình-dương mà cái tên ấy sau này sẽ cho là một tiếng nói-riễu buồn-rầu.

pour le mieux dans la meilleure des Indochines. Et la danse en rond des amateurs de nos piastres continuera au sein des nuages d'encens de ces thuriféraires...

Dans ce calme plat qui trop souvent précède les tempêtes, on continuera à chanter les bienfaits de l'administration coloniale, le bonheur et la reconnaissance des Annamites, pendant que les haines s'accumuleront dans les cœurs indigènes. Cependant, *tant qu'ils pourront encore garder toute leur lucidité d'esprit et resteront maîtres de leurs réflexes*, les Annamites ne se révolteront pas. Il n'y aura pas de « grand soir » ici, comme je l'ai répété bien souvent. Ils n'auraient comme armes que leurs mains et leurs fléaux de bambou, alors qu'ils savent trop que M. Varenne dispose de soldats, de fusils, et de canons. (Par deux fois, notre gouverneur général a pris la peine de nous en prévenir charitablement tout en se défendant aimablement de tout désir d'en faire usage). Toute révolte dans ces conditions ne pourrait que nuire à ses auteurs.

Au surplus, M. Monet, par le sombre tableau qu'il a fait de l'actuel état chaotique de la Chine, a voulu sans doute, comme avant lui M. Varenne et d'autres Français, nous conseiller, en agitant devant nous cette vision terrible, de ne jamais risquer une révolte. Nous les en remercions. Qu'ils nous permettent cependant de leur faire remarquer que si la Chine se débat actuellement dans les pires convulsions, c'est justement pour chercher sa voie, et il est certain que de cette épreuve d'épuration par la douleur, elle sortira organisée, modernisée, grandie. Ce ne sera plus alors la vieille Chine d'antan victime de l'impérialisme militaire de l'Europe coalisée, mais une Chine jeune et forte, avec laquelle toutes les nations du monde seront bien obligées de compter et qui sera le principal champion de la future lutte économique sur les rives du Pacifique, dont le nom, demain, sera d'une triste ironie.

Vậy chẳng xem Gandhi có nói rằng : « Phải biết vui lòng chịu đau-đớn và tìm thấy sự vui-vẻ trong khi chịu đau-đớn. Chỉ có thế mới lấy được tự-do. Sưa nay chưa có nước nào cách-mệnh tiến-hóa mà lại không phải trừ-uế bằng cách hơ mình vào lửa đau-đớn. Cho được cây lúa mọc lên thì hạt thóc phải vỡ sác. Sự sống là do ở sự chết mà sinh ra ». Và chính nước Pháp nữa ? Xưa nước Pháp chẳng phải nhiều phen cách-mệnh để cứu dân ra khỏi lao-lung, cho dân được hưởng quyền-lợi tử-tế hơn cách phải làm tôi-tớ khốn-khổ cho bọn quý-phái quý-tộc bác-tước một cách tàn-nhẫn đè-tiện, đó ư ?

Ông Monet cũng khuyên rằng : « Chúng tôi phải giữ mình cẩn - thận về những sự phiến - động bên ngoài, phải xa-lánh những kẻ giả-bộ thân-thiết giải-cứu chúng tôi, họ là đảng nhiễu-loạn nguy-hiểm đến phá-hoại cái công-cuộc của những người mà nước ông đã ngỏ lòng giang tay đưa sang cho chúng tôi ». Hẳn đấy là ông muốn nói về cái vạ quá-khích, mà ông sợ ảnh hưởng bất-lương nó lan ra phá-hoại gia-đình và xã-hội Annam. Vậy xin Ông Monet chớ lo. Bao giờ Annam cũng biết giữ lấy luân-lý ở gia-đình. Bao giờ Annam cũng biết hiếu-kính tổ-tiên, cha mẹ, mến nhà, yêu-nước, giữ-gìn cho nhà cho nước khỏi sự li-tán. Cứ xét khi xưa bao phen nước Nam bị nước Tầu sâm-chiếm mà sau Annam cũng đều khôi-phục được quyền tự-chủ thì đủ biết dân-tộc Annam sau không tiêu-duyệt được. Vậy xin ông chớ lo, dù qua những cuộc biến-cải, những bước khốn-khổ thế nào, cho cả đến những hồi bị làm tôi-tớ vất-vả đến đâu, mà rồi dân-tộc Annam vẫn còn như củ. Nhưng xét lại có lẽ vì phải làm tôi-tớ vất-vả, bị người cai-trị đè-nén, mà dân-tộc Annam sẽ khỏi li-tán và lại giữ được đoàn-thể kiên-cố.

Nay Annam chỉ có hai đường: Một là nhờ dân Pháp mà tiến-hóa, hai là Annam phải tiến-hóa một mình theo phương-diện khác. Dân-tộc Annam nay đang ở trong một hồi chuyển-biến lịch-sử, như lời người ta đã nói đi nói lại

Gandhi n'a-il pas écrit quelque part : « Il faut apprendre à souffrir volontairement et à y trouver de la joie. La liberté ne saurait s'acquérir qu'à ce prix. Aucun pays ne s'est jamais élevé sans s'être purifié au feu de la souffrance. Pour que les blés poussent, il faut que le grain périsse. La vie sort de la mort ». Et la France elle même? N'a-t-elle pas dû faire plusieurs révolutions pour délivrer la masse et donner au peuple une situation plus humaine que celle de serfs taillables et corvéables à merci, honteusement exploités par la noblesse et le clergé ?

M. Monet nous a aussi conseillé de « nous garder avec soin des agitations venues du dehors, de nous éloigner des hommes qui se présentent à nous en libérateurs et en amis et qui viennent, trublions dangereux, compromettre l'œuvre de ceux que son pays a envoyés vers nous le cœur ouvert et la main tendue ». Il faisait sans doute allusion au bolchevisme et à ses propagateurs dont il redoute l'action nocive, désorganisante, sur la famille et la société annamite. Que M. Monet se rassure. Les Annamites sauront conserver toujours leur morale familiale. Ils sauront toujours respecter leurs parents, leurs ancêtres, aimer leur famille, leur patrie et sauront garantir celles-ci de toute désagrégation. Le seul fait que ce peuple s'est toujours retrouvé debout après de nombreuses annexions de son pays par la Chine est garant de sa vitalité pour l'avenir. Il restera donc, n'en doutez pas, toujours semblable à lui-même à travers toutes les vicissitudes, toutes les rigueurs, même celles du plus dur esclavage. Mais, à tout peser, ce sera peut-être sa vie d'esclave, sa mise au joug par le peuple dominateur qui le sauvera de la dissociation et assurera son homogénéité.

A l'heure présente, deux voies se présentent à lui : ou il évoluera avec le peuple français, ou il évoluera tout seul, dans une direction différente. Le peuple annamite, comme on l'a dit maintes fois, ces temps derniers, employant un

nhiều lần. Và đã bao lâu việc hòa-hợp người Pháp người Nam mãi không thành thì nay hình như là có một triệu-chứng phân-rẻ nhau ra. Ông Varenne đã nói rằng nay những quyền-lợi của hai dân Pháp Nam trung-đụng với nhau một cách thiết-mật lắm, rồi sau ở đây sẽ thành một dân có hai chủng-loại hòa-hợp gọi là dân Đông-Pháp. Nhưng không: dân Annam đã bị khinh-rẻ và sua-đầy mãi rồi ắt sau dân ấy sẽ quay bỏ người Pháp, xin Ông Varenne chớ phiền, không phải về sự trung-dụng quyền-lợi ấy, không phải về sự thắt-bó liên-lạc để hóa-thành một dân Đông-Pháp, mà chúng tôi khuynh-hướng đâu.

Những cách bác-tước, hà-hiếp và bắt dân Annam làm nô-lệ thế sẽ gây ra một sự kết-quả khác. Về sự đó hãy xin kể một đoạn trong bài của Thầy-kiện Phan-văn-Trường viết ở trong báo *l'Annam* như sau này: « Hễ dân nào phải hà-hiếp lâu ngày thì cũng trở nên bực-tức, và có khi chỉ vì một việc nhỏ mà đủ khiến cho dân ấy uất-khí sung-thiên phát ra phản-loạn vô-lý để rãi-tỏ những điều uất-ức. Vậy từ xưa tới nay chánh-phũ Pháp đã làm hết mọi cách để vùi-dập những sự yêu-cầu chính-đáng của dân Annam. Chánh-phủ đã tước hết các quyền tự-do của Annam, mà không có những quyền tự-do ấy thì dân Annam không sao tiến-hóa theo nhân-loại được. Có Giời cao biết rằng Annam thấy các dân khác ở Á-châu đều được tự-do cả, mà chỉ có dân Annam mất cả những quyền tự-do tối-thiết để sinh-hoạt ở đời này, thì Annam lấy làm chua-xót bao nhiêu ». Phải, một dân bị làm nô-lệ lâu ngày thì sau ất hóa ra bực-tức, nhất là một dân có trí-khôn như dân Annam, hiểu rằng phải làm nô-lệ vô-cớ, mà lại bị người cai-trị thất-buộc mãi chỉ để bác-tước tàn-hại thì dân ấy lại càng bực-tức lắm. Vậy mong rằng nay các quan Thống-soái và tất cả các người Pháp quảng-đại biết sự này cho: Annam đã phải làm nô-lệ lâu quá rồi: Cái lợi hiển nhiên của nước Pháp là nay nước Pháp phải cởi-mở cho chúng tôi ra khỏi cái

cliché trop usé, est bien à un tournant de son histoire. Et tout fait croire qu'au mouvement de rapprochement franco-annamite vainement tenté depuis des lustres, succèdera un mouvement séparatiste. M. Varenne a supposé que les intérêts des deux peuples français et annamite seront tellement mêlés, confondus qu'il se formera ici un peuple composé d'éléments des deux races, un peuple indochinois. Non : toujours, repoussé et méprisé, le peuple annamite se détournera fatalement des Français, et, n'en déplaise à M. Varenne, ce n'est pas vers cette fusion d'intérêts, vers cet enchevêtrement de liens d'où sortirait la formation du peuple indochinois, que nous allons.

L'exploitation, l'oppression du peuple annamite, son maintien dans la servitude, auront une autre conséquence. Citons, à ce propos, le passage suivant d'un article de Me Pham-van-Truong dans l'*Annam* : « Tout peuple qui a été longtemps opprimé devient nerveux et parfois il suffit de peu de chose pour le mettre hors de lui et l'amener à traduire son désespoir par des révoltes absurdes. Or jusqu'ici le gouvernement français a tout fait pour comprimer les légitimes aspirations du peuple annamite. Il lui a enlevé toutes les libertés sans lesquelles il est impossible de suivre les progrès de l'humanité. Dieu sait avec quelle amertume les Annamites constatent que, tandis que tous les autres peuples asiatiques en jouissent, eux seuls sont privés de ces libertés indispensables à la vie moderne ». Oui, un long esclavage finit par rendre un peuple nerveux, surtout lorsque ce peuple, intelligent comme le peuple annamite, s'aperçoit que c'est un esclavage injustifié, mais cependant maintenu et perpétué par le peuple dominateur dans le seul but de son exploitation et de sa spoliation. Que nos gouvernants ainsi que tous les Français libéraux veuillent bien le comprendre enfin : l'esclavage des Annamites a déjà trop duré ; l'intérêt bien compris de la France est d'y mettre fin en nous accordant les réformes

chòng nô-lệ ấy, làm cho chúng tôi mọi điều cải-lương khẩn-thiết để khai-hóa văn-minh cho chúng tôi và dẫn-đưa cho nước chúng tôi tới cách tự-trị.

Nếu còn trì-hoãn dụ-dự lâu nữa thì thật là muốn làm hẳn cho Annam ngã lòng, vì đã mất hết hi-vọng thì cái uất-khí nén lâu ngày nó sẽ sung lên, khiến cho Annam phát-điên liều mình làm sự rồ-giại vô-lý mà sinh tai-hại cho Annam trước-nhất. Nhưng cái vạ ấy sẽ lại rơi xuống vai mà đè-bẹp cả bọn « thực dân » kia họ đã sua-đẩy dân chúng tôi vào nơi khốn-khổ cùng-cực ấy bởi cách của họ chuyên-quyền tàn-nhẫn.

indispensables à notre émancipation et à l'acheminement de notre pays vers l'état de dominion.

Tarder, tergiverser davantage, ce serait achever de décourager le peuple annamite qui, tout espoir perdu, égaré par une colère trop longtemps contenue, se laisserait aller à un geste insensé dont il serait le premier à supporter les conséquences. Mais ces conséquences retomberaient de tout leur poids pour les en écraser sur les épaules de ces « coloniaux » dont le machiavélisme despotique aurait acculé notre peuple à une telle extrémité.

III

TRẢ-LỜI CỦA ÔNG PAUL MONET

ĐỐI LẠI MẤY ĐIỀU BÀI-BÁC CỦA ÔNG DƯƠNG-VĂN-LỢI

(đã đăng trong báo *l'Echo Annamite* từ ngày 5 đến 21 Juillet 1926)

Tôi không có thể bỏ qua không trả-lời mấy bài của Ông Dương-văn-Lợi. Những bài ấy xem ra lời-lẽ đúng-dắn nghiêm-trang, và có ý hòa-hảo khiêm-nhã đối với tôi lắm; vậy tôi rất cảm ơn ký-giả, nhưng trong ấy có nhiều điều quyết-luận không được sác-đáng và lại có điều hại đến cả cái công-lý mà chúng tôi đang bênh-vực ngày nay.

Vậy phải trả lời... và trả lời đó không phải là một sự vui-thích tiêu-khiển đâu. Trong mấy năm nay tôi đã chịu-khó hết-sức đứng vào cái chức-vị bạc-bẽo làm kẻ liên-hợp những đồng-bang chúng tôi với đồng-bang các ông. Làm việc ấy vất-vả lắm, chớ chẳng phải là một sự vui-chơi. Thật thế: Khi vì lòng ái-quốc, tôi ngoảnh-lại nước Pháp như lúc tôi xuất-bản quyển-sách « *Người Pháp và Người Nam* » để bầy tỏ những điều sai-nhầm khuyết-điểm trong nơi chánh-trị xứ Đông-Pháp này, xin với Mẫu-quốc ra tay chỉnh-đốn khẩn-kíp lại cho hoàn-toàn, thì những đồng-bang người Pháp tôi ở xứ Đông-Pháp này kêu rằng: « Nay anh làm thế cho dân bản-xứ lên-câu kháng-cự chúng-ta, ấy thế là anh bội-phản Mẫu-quốc đó! » Nghĩ thế thật là nông-nỗi quá: Hẳn rằng khi tôi minh-thuyết cho những người Pháp ở bên Mẫu-quốc biết rõ cái tình-thế chánh-trị bên này, thì hẳn rằng khi ấy cũng có ít người Annam nghe tiếng, điều đó là sự cố-nhiên không-sao tránh-được; nhưng bảo rằng tự tôi đem cáo-tố bậy sằng cho người ta biết thì thực là vô-lý quá: Vì rằng những điều mà tôi đem trình-bầy với Mẫu-quốc đó là những việc mà người Annam đã phải chịu lầm-than uất-ức thì há người ta lại chẳng biết rõ hơn tôi lắm sao.

III

RÉPONSE DE M. PAUL MONET

AUX RESTRICTIONS ET RÉSERVES DE M. DƯƠNG-VĂN-LỢI
(Publiée dans l'*Echo Annamite* du 5 au 21 juillet 1926)

Je ne puis laisser sans réponse les articles de M. Duong-van-Loi. Ils sont d'ailleurs fort corrects, courtois et même assez aimables envers moi ; j'en remercie leur auteur, mais ils contiennent des affirmations que je crois contestables, voire dangereuses pour la cause que nous défendons.

Il faut donc répondre... et c'est une tâche assez peu attrayante. Je me suis entièrement consacré depuis de longues années au rôle ingrat de trait-d'union entre mes compatriotes et les vôtres. Ce n'est pas gai. Lorsque par amour de la France, je me tourne vers elle et lui montre — comme je l'ait fait dans « *Français et Annamites* » — les erreurs et les vices de notre administration indochinoise, en demandant à la métropole d'intervenir pour imposer à cette administration les réformes nécessaires, les Français d'Indochine s'écrient : « Vous desservez votre pays en donnant aux indigènes des arguments contre nous ! » C'est enfantin ; il est inévitable que, lorsque je m'adresse aux Français de la métropole, certains Annamites entendent ma voix ; mais il est absurde de prétendre que je leur révèle quoi que ce soit en signalant un état de choses dont ils sont les victimes et qu'ils connaissent beaucoup mieux que moi-même.

Nay tôi lại xin có lời nói với dân Annam, như tôi đã diễn-thuyết ở Hội Khuyến-học Nam-kỳ, mà tôi nói đây là do lòng thành yêu-mến anh em, muốn phù-trợ tán-thành cái quyền-lợi công-lý của anh em, mà bầy-tỏ cho anh em hiểu biết rằng phần nhiều người Annam có lỗi to về cái tình-cảnh khó chịu, mà anh em đang kêu-ca ngày nay. Nói vậy hẳn sao cũng có người chê-trách rằng: « Khéo bác này vẫn tự sưng là bạn tốt của Annam, mà nay bác lại muốn dùng cách làm ơn cho ta như chuyện con gấu kia muốn giết con ruồi, cầm ngay viên gạch đánh vỡ cả mặt chủ nó! Bác đem cáo-tố những nết-xấu của ta cho người Pháp biết sẽ làm khí-giới công-kích ta và lấy cớ nói rằng người Pháp phải giữ dân ta ở trong cách nô-lệ là phải lắm. Vậy đó là một cách phản ta, hại ta, chớ không phải là yêu ta vậy! »

Xem thế lại là chuyện phiền của người theo đạo Trung-dung, là người công tâm bao giờ cũng « đứng-dữa đôi bên » lấy chân-lý làm phương-châm bênh-vực công-lý cho nhân-loại, ấy thế mà lại bị cả những người đôi bên cùng ghét-bỏ công-kích tàn-tệ như thể liệng đá túi-bụi vào mình, vì những người bên phải trông thấy người đứng dữa tưởng là đứng ở bên trái, và những người bên trái trông thấy người đứng dữa lại ngỡ là đứng ở bên phải.

Nhưng không phải lấy phỉnh-nịnh mà dạy được cho người ta hay, cũng như là không thể nuôi con mà tác-thành được cho con nên người: Vì đã yêu-mến ai thì phải lấy lòng ngay nói thật cho tỏ chân-lý. Còn phỉnh-nịnh đó là khinh người ta vậy.

Thường đời hay có thói liệng đá vào người đứng dữa đôi bên như tôi đây đã từng chịu cái đau-đớn ấy: Đó là một điều lễ-chế dị-kỳ! Sau khi người ta chết được mươi năm rồi họ lại xây một cái tượng ở trên đống đá mà họ đã dùng liệng chết người ta, phủ kín cả sác làm mả khi trước. Đó là một điều lễ-chế dị-kỳ thứ hai vậy!... Nhưng thế không phải là cách an-ủy được sự đau đớn cho người ta.

Je vais m'adresser aujourd'hui aux Annamites, comme je l'ai fait par ma conférence de l'Enseignement Mutuel, pour leur montrer — toujours par amour de leur cause et désir de contribuer à son triomphe — qu'ils sont en grande partie responsables d'une situation dont ils se plaignent amèrement. Certains, alors, ne manqueront pas de s'écrier : « Notre prétendu ami manie le pavé de l'ours ! Il montre nos défauts aux Français d'Indochine qui s'en feront des armes contre nous pour prouver qu'ils ont raison de nous maintenir à l'état d'assujettissement. C'est une trahison ! »

C'est toujours l'histoire du partisan du Trung-Dung qui, s'appliquant à servir la meilleure des causes par la recherche de la seule vérité, en restant invariablement dans le « juste milieu », est lapidé par les hommes de gauche qui le voient à droite et par les hommes de droite qui le voient à gauche.

Ce n'est pas à force de flagorneries qu'on instruit les hommes, pas plus qu'en les « gâtant » on n'élève ses enfants. A ceux qu'on aime et qu'on estime, on doit la vérité. Les flatter serait les mépriser.

Il est d'usage de lapider les hommes qui agissent comme je le fais : C'est un rite. Et, dix ans après leur mort, on édifie leur buste sur le tas de cailloux recouvrant leur dépouille : C'est un deuxième rite... mais ce n'est pas une consolation.

Nhưng dù thế nào tôi cũng xin phép thuyết-giả nói mấy lời sau này theo những ý suy-nghĩ tự nhiên của tôi phát ra vì xem mấy đoạn của thuyết-giả phản-đối :

Ông Dương nói : « Thật thế, xưa nay, ít ra là đến bây giờ, chưa khi nào Annam có ngờ-vực nước Pháp, v. v... »

Lời quyết-luận ấy không được sác-đáng. Nhưng dù cho là sác-đáng nữa, mà ông lại có ý nói dằm bớt rằng « ít ra là đến bây giờ » thì tôi xin nói để Ông Dương biết rằng: Nay chẳng cần tìm-kiếm đâu xa mà thấy ngay ở trong một tờ báo của người bản-xứ viết bằng chữ Pháp kia, có những bài luận rất thành-thực của mấy người Annam có học-thức thông-minh thường nói quả-quyết luôn rằng: Từ xưa tới nay nước Pháp chỉ dùng độc cái chánh-trị bác-tước hà-hiếp ở-đây, nước Pháp không có thể thi-hành được cách nào khác nữa, nay Annam chỉ nên trông mong vào cái sức riêng của mình, nay mình đã có tư-cách hoàn-toàn tự-trị được, và xứ Đông-Pháp này phải kíp giao-lại giả ngay cho riêng quyền người bản-xứ cai-trị.

Nếu ông Dương-văn-Lợi là người hay dắn-do, suy-xét khôn-ngoan, không đồng tình với lý-thuyết đó mà tôi coi làm sai-nhầm và hiểm-độc, vì những lẽ tôi nói sau này — nhưng xét ra ông cũng đưa đọc-giả tới lý-thuyết đó — mà có lẽ bởi vô-tình — ông kéo đọc-giả qua một cái dốc lại đấy, cốt làm cho dầm nhẹ đi, nhưng cũng chẳng bớt được sự « tai-hại » như lẽ cố-nhiên. Điều đó là một sự nguy-hiểm lắm : không phải là nguy-hiểm cho những người Pháp theo cái chủ-nghĩa « bác-tước » đâu — chính tôi đã chê-bai công-kích họ mãi mà sinh ra lắm kẻ thù-ghét — nhưng mà nguy-hiểm cho những đồng-bang các ông đó. Vậy nay vì lẽ đó tôi phải kể rõ sự nguy-hiểm ấy ra đây.

Ông Dương nói : « Ông Monet sau sẽ đồng-ý với chúng tôi công-nhận rằng tới ngày nay, cái lòng tin-cậy của dân chúng tôi đã chịu nhiều phen thử-thách đau-đớn... »

Quoiqu'il en soit, mon sympathique contradicteur me permettra de lui dire ce qui suit, en procédant par réflexions faites un peu au hasard et suggérées par certains passages de ses articles :

Duong : « Jamais, en effet, du moins jusqu'à ce jour, les Annamites n'ont douté de la France, etc... »

Cette affirmation est contestable. Mais en admettant qu'elle fût vraie, la restriction « du moins jusqu'à ce jour », m'autorise à dire à M. Duong : Il ne faut pas chercher bien loin pour trouver, dans la presse indigène en langue française, des articles de fort bonne foi et écrits par des Annamites intelligents et des plus cultivés, où il est affirmé sans relâche que la France n'a jamais fait ici qu'une politique de domination et d'exploitation, qu'elle est incapable d'en suivre une autre, que les Annamites n'ont rien à attendre que d'eux-mêmes, qu'ils sont parfaitement aptes à se gouverner seuls et que l'Indochine doit être, sans plus tarder, remise entre les mains des seuls Indochinois.

Si M. Duong-van-Loi, homme mesuré, réfléchi et circonspect, ne partage pas cette opinion, que je considère comme fausse et pernicieuse pour des raisons que j'exposerai plus loin — il y conduit cependant — peut-être à son insu — le lecteur en l'y portant doucement par une pente qui, pour être assez adoucie, n'en est pas moins « fatale » selon le vieux cliché. Ceci est un grave danger, non pas pour ceux des Français qui agissent en « exploiteurs » — je me suis fait assez d'ennemis en les montrant au doigt — mais bien pour vos compatriotes. Et c'est pour cette raison que ce danger doit être ici dénoncé.

Duong : « M. Monet conviendra avec nous que jusqu'à ce jour, notre confiance a été mise à de très rudes épreuves... »

Sao lại nói rằng « sau sẽ » ? Ông Monet không những là sau sẽ đồng-ý thế, không những là nay đã đồng-ý thế, mà ông lại còn đã sưng-tụng, bá-cáo điều đó cho cả nước Pháp, cả Nghị-viện, cùng các Thượng-thư biết, bằng những cách diễn-thuyết và đăng báo in sách. Phần nhiều người Annam còn xử cách lãnh-đạm khiết-nhiên đối với những việc mà ông đã cố-gắng làm tốt cho họ. Xem ngay như là chỉ thấy dăm ba người hay tò-mò mới đọc đến quyển sách của ông thì rõ, và cũng vì ông xuất-bản sách ấy để bênh-vực quyền-lợi công-lý cho họ, mà ông bị bao nhiêu kẻ oán-thù thâm-độc bất-trị. Đó là một điều họ cư-xữ theo cách đặc-biệt, ta hãy nên chú-ý, rồi sau ta sẽ nói lại ở dưới. Nhưng nay tôi phải kể qua đây để tiêu-tán trước những sự suy-xét mờ-ám, vì e rằng đồng-bang các ông ai còn chưa biết những việc tôi đã hết sức hành-động để bênh-vực quyền-lợi công-lý và những sự yêu-cầu chính-đáng của người ta, mà nay nghe thấy tôi nói mấy điều chực-ngôn dưới này thì sẽ chẳng khỏi mất lòng sinh ra tức-giận mà không hiểu thấu bụng tôi.

Ông Dương nói : « ... dến tận ngày nay cái chánh-sách quảng-đại kia vẫn còn chưa ra khỏi giới-hạn thuyết-lý và chỉ dùng làm những vấn-đề bàn-luận hão và viết nhật-trình mà thôi... Chắc rằng ông Varenne sẽ chỉ làm được vài việc cải-lương nhỏ-mọn chẳng thay đổi gì mấy trong chánh-thể ngày nay. Ông Monet nói về những việc tiến-bộ từ ngót một năm nay. Nhưng tiếc thay Ông không nói rõ. Còn thiển-ý tôi chỉ thấy mới làm được có hai điều; một là cho Annam không phải vào làng tây mà được vào ngạch tây, hai là dảm bớt cái phép giam tù nợ người bản xứ. Nói thật ra, hai việc nhỏ-mọn đó khác chi hai con chuột nhắc mà một quả núi lớn kia mới đẻ ra. Những cách cải-lương nữa chừng như vậy mà sự thi-hành lại để mặc quyền tự-do của các người Pháp ở thuộc-địa — vì Ông Varenne không muốn can-dự đến việc quản-trị của các thủ-hạ — và bởi lẽ rằng một cách cải-lương chỉ nhờ có người thi-hành tốt mới có kết-quả hay. — Vậy những cách cải-lương nửa chừng đó sẽ là vô-ích cho chúng tôi lắm...»

Pourquoi ce futur ? M. Monet non seulement « en conviendra » non seulement en « a convenu », mais encore il a clamé et proclamé tout cela à la France, au Parlement, aux Ministres, dans la presse, au public par des conférences et publications. La plupart des Annamités sont d'ailleurs restés parfaitement indifférents aux efforts qu'il faisait pour eux. Un nombre infime seulement a eu la curiosité de lire ce livre par lequel il se faisait, en plaidant leur cause, d'irréductibles ennemis. Ce fait caractéristique d'une attitude dont nous reparlerons, vaut d'être noté en passant. Si je le constate ici, c'est pour aller au-devant des incompréhensions de ceux de vos compatriotes qui ne manqueront pas de s'indigner bien haut de ce que je vais être obligé de leur dire parce que, ignorant parfaitement tout ce que j'ai pu faire pour la défense de leur cause et l'exposé de leurs légitimes revendications, ils ne me comprendront pas.

Duong : « ... jusqu'à ce jour cette politique indigène libérale n'est pas encore sortie du domaine des théories et n'a servi que de sujet de discussions oiseuses et d'articles de journal... M. Varenne ne réussira probablement qu'à nous accorder quelques petites réformes qui ne changeront pas grand'chose au régime actuel... M. Monet a parlé de « pas » faits en avant depuis moins d'un an. C'est dommage qu'il n'ait pas précisé. Pour ma part, je n'en vois pas d'autres que l'accession des Annamites non naturalisés aux cadres européens et la restriction apportée à la contrainte par corps vis-à-vis des indigènes. A vrai dire, ce sont là deux souris dont une montagne a accouché. Ces demi-mesures dont l'application sera laissée au soin discrétionnaire des coloniaux — M. Varenne tenant à ne pas s'immiscer dans la gestion de ses collaborateurs — et étant donné qu'une mesure ne vaut que par ceux qui l'appliquent, ne nous seront d'aucune utilité pratique... »

Này Ông Dương-văn-Lợi ơi, ông hãy cho phép tôi trước hết nói để ông biết rằng: Nay không vì một lẽ-tư nào khiến cho tôi tán-tụng Ông Varenne và che-trở cái chánh-trị của ông ấy. Thật tôi không chịu ơn riêng của ông ấy một mẩy nào. *Mà trái lại thế*. Và nếu có cần nói rõ nữa thì tôi xin thưa rằng. — Trong việc khó-khăn đó, nhất ở tại xứ này thì có khi cần rằng: tôi không chịu cho ai giả tiền, vả lại vì muốn làm cho hai dân-tộc hợp-hòa với nhau, tôi đã tiêu-tán ở đây hết một cái gia-tài từ ngày tôi đem thân làm việc ấy... Đến nỗi có mấy kẻ tinh-đời kia mai-miả rằng cái hình-bóng tôi giống như một trái quả có nhiều nước ở bên Âu-tây để cho người ta bót-nặn... Vậy nay đã kể rõ thế, bụng tôi mới được khoan-khoái hơn mà nói để ông biết mấy điều sau đây:

Những người Pháp, bất cứ là ai, đã đọc qua mấy bài của ông, thì người ta sẽ bình-phẩm như sau này:

Người Annam thiếu tính suy-xét. Họ không thể hiểu được rằng những việc cải-lương như những điều mà Ông Dương-văn-Lợi đã kể đó là có nhiều sự quan-hệ lắm, họ coi hai việc ấy như hai con chuột nhắt mà một quả núi lớn mới để ra. Vậy nhỡn-giới về chánh-trị còn chật-hẹp quá, tính-khí còn nông-nổi lắm, chưa am-hiểu gì mà đã dám tự-ý phân-xử quyết-đoán: Đó là những chứng-cớ hiển-nhiên rằng họ cần phải có người dìu-dắt bảo-hộ cho mãi mãi.

Hay là họ đã hiểu-biết thế rồi mà họ không thật tâm, họ định nói thế là để dảm bớt cái giá-trị về những công-việc mà chúng ta đã mở-mang cho, vậy thế là cách bạc-bẽo vô-ơn, chỉ tổ làm ngã-lòng cho những người đã vì họ hi-sinh, đem thân ra chịu đau đớn mà bênh-vực quyền-lợi cho họ, và làm chứng hiển-nhiên rằng cái chánh-sách khai-hóa mở-mang dần dần cho họ tới văn-minh cực điểm, vì tin rằng người Annam vốn lòng hay biết-ơn là một sự cố-nhiên, thì chẳng qua cái chánh-sách đó là một

Mon cher Monsieur Duong-van-Loi, vous me permettrez d'abord de vous déclarer que je n'ai absolument aucune raison personnelle pour me faire le thuriféraire de M. Varenne et l'avocat de sa politique. Je ne lui dois rien. *Au contraire.* Et, s'il faut mettre les points sur les i — en matière aussi délicate, c'est parfois, en ce pays, nécessaire — que je ne suis payé par personne et que j'achève de dilapider ici, pour faire le trait-d'union entre nos deux peuples, un patrimoine qui s'est dissipé en fumée depuis que je me consacre à cette cause... au point que certains connaisseurs prétendent que ma silhouette évoquerait celle d'un certain fruit juteux de nos pays d'Occident... Ceci posé, je me sens plus à mon aise pour vous dire ce qui suit :

Les Français, *quels qu'ils soient*, qui liront ces passages de vos articles, en concluront :

Les Annamites manquent de jugement. Ils sont incapables de comprendre la portée de réformes aussi importantes que celles dont parle M. Duong-van-Loi, ils les présentent comme souris dont une montagne aurait accouché. Compréhension politique limitée, vanité puérile qui porte à juger sans appel ce qu'on n'a pas compris ; toutes preuves à l'appui de la théorie d'une tutelle indéfiniment nécessaire.

Ou bien, s'ils ont compris, ils manquent de bonne foi en s'appliquant à réduire ainsi l'importance de ce que nous leur avons donné, ils font preuve d'ingratitude, et ne réussiront qu'à décourager ceux qui se sont, pour leur cause, exposés aux coups les plus durs, et à démontrer péremptoirement qu'une politique d'éducation progressive vers l'émancipation, essentiellement justifiée par la foi en la reconnaissance annamite posée en axiome, est utopique, impraticable et nous expose aux pires désillusions.

sự mơ-tưởng mà thôi, chớ không sao thực-hành được, và sẽ khiến ta phải lắm điều thất-vọng.

Vậy đâu là những việc cải-lương chuột-nhắt mà chánh-phủ to-lớn kia mới đẻ ra? Hỡi Ông Dương, vậy ông có muốn rằng chúng ta sẽ cùng nhau mà coi lại không?

*
* *

Trong hai điều « cải-lương nhỏ-mọn....không thay đổi gì mấy ở trong chánh-thể ngày nay », mà Ông Dương đã kể ở trên, thì ta phải nói ngay rằng điều thứ hai đó không phải là một sự cải-lương, vì nay hãy còn là ở trong hoạch-sách ; nhưng xem ra cách hành-sự đó cũng nhiệt-thành mau-tróng và không mất sự công-bằng : nếu quả như những điều chúng tôi đã tra-cứu thì trong hội-đồng cử để xét vấn-đề đó có phần nửa là người Pháp và phần nửa là người Annam, đã kén-chọn tử-tế (phần Annam thì có một người là nghị-viên thuộc-địa, một người là đại-biểu Phòng Canh-Nông, và một viên quan ta).

Hội-đồng đã xét ra rằng phép bỏ tù nợ đó là nguyên xưa của Annam, chớ không phải là của người Pháp đặt ra. Trước lập ra phép ấy và phải duy-trì lại là đều do theo những lẽ quan-hệ mà hội-đồng giẫn-giải ra rất là có lý ; hội-đồng đã xét rõ rằng nếu nay bãi hẳn phép bỏ tù ấy đi thì rồi sẽ sinh ra cái tệ tăng-nhiều số người vay-nợ man-trá, họ sẽ chối không tuân-theo điều ước trả nợ sau khi họ đã dấu được gia-tài của họ đi rồi, và nay hội-đồng có hiến-trình một cách khôn-ngoan rằng : nên để cái phép luật ấy cho tòa-án được quyền thi-hành tùy-tiện tùy thời : đối với những người vay nợ gian-dối thì tòa-án sẻ bỏ tù, còn đối với những người bị chủ-nợ hà-hiếp thì tòa-án sẽ tha thứ. Cách này xem ra rất hay, và chắc rồi có phần bổ-ích hơn và có lẽ hoàn-hảo hơn là cách bãi hẳn cái phép bỏ tù đi như ý của nhiều người ước-ao.

Que sont donc ces réformes-souris dont le gouvernement-montagne aurait accouché ? Voulez-vous, Monsieur Duong, que nous les regardions ensemble de plus près ?

* * *

Des deux « petites réformes... qui ne changeront pas grand'chose au régime actuel », citées par M. Duong-van-Loi, disons tout de suite que la deuxième n'est pas une réforme, puisqu'elle n'est encore qu'à l'état de projet ; il ne semble pas d'ailleurs qu'on ait perdu le temps ni manqué d'équité; si nos renseignements sont exacts, la Commission qui a été chargée d'étudier la question était composée en parties égales de Francais et d'Annamites heureusement choisis (pour ceux-ci : un conseiller colonial, un délégué de la Chambre d'Agriculture, un mandarin en retraite.)

Cette Commission aurait fait remarquer, non sans raison, que la contrainte par corps était institution non pas française, mais annamite dont la création et le maintien avaient eu des raisons que la Commission présente en termes sensés ; elle fait observer justement que la suppression complète de ce procédé coercitif aurait pour résultat la multiplication des emprunteurs de mauvaise foi qui se refuseraient cyniquement à leurs engagements, après avoir mis leur patrimoine à l'abri, et propose assez sagement de laisser l'application de cette mesure au tribunal qui, appréciant chaque cas d'espèce, pourra l'appliquer aux emprunteurs de mauvaise foi et devra en dispenser les victimes des usuriers. Tout ceci paraît fort raisonnable et il y aura évidemment là un gros progrès, supérieur, peut-être, à celui de la mesure plus radicale que certains auraient désirée.

Vả lại không phải là nay bãi-hẳn phép bỏ tù ấy đi mà có thể làm tuyệt được cái tệ cho vay nặng lời nó đè-bẹp những dân nghèo Annam vẫn phải chịu xưa nay. Nhưng muốn làm cho tiệt nọc được cái tệ ấy thì phải thiết lập khoáng-trương ra những hội tư-cấp cho các nhà canh-nông, tư-bản, kỹ-nghệ, và mở ra những công-quỹ cho dân để rành-tiền, như ý chúng tôi vẫn thường cổ-động. Vậy nay ta chớ nên nhầm đường lạc-lối đem sức mình ra công-chiến ở nơi vô-ích. Và nếu nay bỏ được những thói cờ-bạc chơi-bời tập lấy những tính biết theo chật-tự, khuôn-phép, lo-phòng công-việc, đó là chừ khứ được cái tệ hủ thâm nhiễm trong dân. Rồi ta sẽ nói thêm về những sự này ở dưới.

Sau nữa tôi xin nói rõ để Ông Dương-văn-Lợi biết rằng cái việc chánh-phủ cải-lương mà ông tỏ-ý khinh-thường đó, thì trước kia đã coi làm cái vấn-đề quan-hệ, kêu trong báo của người bản-xứ, và đã kê-liệt ở trong Tập-sách yêu-cầu của Annam (trang 43) mà người đồng-bang danh-giá của các ông là Ông Nguyễn-phan-Long đã đem trình Ông Varenne với những lời-lẽ có tư-tưởng đặt-biệt, văn-vẻ thanh-cao, khiến cho xem thấy cảm-động vô-cùng.

Vậy khi mình sắp nhận được một cái quà quý của người ta mang cho, mà mình lại kêu-ca trách-móc làm cho dảm mất giá-trị cái quà quý đi, vậy thật là không phải. Thế là bất-nhã đối với người kia, vì khi đưa cho mình cái quà quý ấy, người ta đã hết sức làm tốt cho mình, và làm dảm mất giá-trị cái quà quý mà mình đã nhận được thế là không biết tỏ lòng cảm ơn người ta vậy.

Mà cách bất-nhã ấy lại càng có ý chướng-ách lắm đối với một việc cải-lương chánh-trị to-tát sau sẽ kết-quả chứa-chan, như việc cải-lương đã có nghị-định ra ngày 27 février, cho người bản-xứ Đông-Pháp có bằng-cấp như của người Pháp được vào các ngạch quan-chức ngang với người Pháp.

Au reste, ce n'est pas la suppression de la contrainte par corps qui amènera la disparition de l'usure dont le prolétaire annamite est écrasé. C'est l'organisation et le développement des crédits agricoles, fonciers et industriels et des caisses d'épargne que nous avons toujours réclamés. N'égarons pas notre effort en le portant sur un terrain qui n'est pas celui de la meilleure attaque. Et puis, c'est aussi la disparition du vice national qu'est le jeu, et l'habitude aux disciplines d'ordre, de méthode et de prévoyance. Nous reviendrons plus loin sur ceci.

Enfin, nous ferons remarquer à M. Duong-van-Loi que la réforme dont il semble faire fi aujourd'hui a fait l'objet depuis longtemps de campagnes dans la presse indigène et a été demandée (p. 43) dans *le Cahier des Vœux Annamites* que votre très distingué compatriote Nguyên-phan-Long présenta à M. Varenne en termes profondément touchants, d'une rare élévation de pensée et d'une grande beauté de forme.

Il est mal de diminuer, lorsqu'on est sur le point de le recevoir, la valeur du cadeau qu'on réclamait, en y insistant de la sorte. C'est désobligeant pour celui qui, en le donnant, a fait de son mieux, et déprécier ce qu'on a reçu n'a jamais pu passer pour témoignage de gratitude.

Mais cette attitude est particulièrement choquante lorsqu'elle se manifeste à propos d'une réforme capitale, aux conséquences d'une incalculable portée, telle que celle qui a été réalisée par l'arrêté du 27 février donnant accession, dans tous les emplois des cadres locaux, aux Indochinois pourvus des mêmes diplômes que les Français.

Vậy chỉ có những người đã chịu vất-vả hành-động khó-nhọc như chúng tôi đây để thành-tựu lấy những việc cải-lương đó thì mới biết rằng những việc ấy có cái giá-trị to. Nay muốn cho đồng-bang các ông hiểu rõ hơn cái tình-thế hiện thời, tôi hãy xin phép nhắc lại mấy lời dẫn-giải mà tôi đã nói theo mấy khúc trong bài diễn-thuyết của tôi giảng ở Hội Khuyến-Học, vì những đọc-giã như Ông Dương-văn-Lợi chỉ xem có diễn-văn viết trên kia thì chưa tường những lời dẫn-giải ấy.

Hai con đường khác hướng nhau, cũng có khi gần-sát với nhau ở chỗ phân ra hai ngã; trong một khúc giải khi hai con đường ấy mới phân tách nhau ra thì khoảng đôi bên cách nhau chưa là mấy nỗi; bấy giờ trông hình như cùng đi một lối. Nhưng nếu ta cứ theo hai con đường ấy mà đi lâu lâu thì ta thấy rằng đôi bên cách nhau càng ngày càng xa nhiều lắm, và khi đã đi xa được ít lâu rồi thì thấy hai con đường ấy tới hai nơi khác nhau hẳn, chớ không giống như khi mới phân-tách nhau ra nữa.

Vậy Ông Lợi ơi, nay ông đã mắc phải một điều sai-nhầm như người hành khách cho hai con đường kia giống nhau như một, bởi vì lúc khởi đầu hai con đường ấy gần sát với nhau : Nay ông hãy nhìn xem cái địa-đồ . . . hay là nếu ông có thể thì bay lên cao mà ngắm xem địa-thế. Bấy giờ ông sẽ trông thấy hai con đường đó mỗi hướng khác nhau xa, và ông sẽ dật mình vì coi thấy rằng đi con đường thứ hai kia sẽ đưa ông tới đúng cái nơi mà trước ông đã định chí đi đến, và con đường thứ nhất này thì sẽ làm cho ông càng ngày càng xa cái nơi ông muốn hướng lại.

Việc cải-lương chánh-trị mới rồi thật giống như thế. Nhưng chắc mấy người quan-sát thiển-cận sẽ kêu rằng : « Con đường mà ta theo ngày trước và con đường mà người ta đưa ta đi ngày nay chẳng xa-cách nhau là mấy ! Người ta làm cho mình được những gì ? Cho được một dúm người Annam có bằng-cấp được quyền sung-chức

Ceux qui ont, comme nous, âprement combattu pour obtenir de telles réformes en connaissent la vraie valeur. Pour permettre à vos compatriotes de mieux comprendre la situation présente, permettez-moi de vous rappeler un des commentaires dont j'ai accompagnés certains passages de ma conférence de l'Enseignement Mutuel, commentaires inconnus des lecteurs qui, comme M. Duong-van-Loi, n'ont eu connaissance que du texte écrit.

Lorsque deux routes divergent, il peut arriver qu'elles soient tangentes à la bifurcation; sur une notable partie de leur trajet, la distance qui les sépare est bien faible ; elles semblent même presque confondues. Mais si nous suivons ces routes, nous constatons que leur distance croît rapidement, et que les deux tracés aboutissent, après des cheminements plus ou moins longs, en des points de régions tout-à-fait opposées par rapport à la bifurcation.

Eh bien, cher Monsieur Loi, vous commettez présentement une erreur comparable à celle du voyageur qui considérerait les deux chemins comme confondus parce qu'ils sont tangents à l'origine: jetez plutôt un coup d'œil sur la carte... ou mieux, si vous le pouvez, dominez le terrain en le survolant. Vous constaterez alors la divergence des deux itinéraires et vos appréhensions s'évanouiront lorsque vous verrez que la deuxième route vous conduit exactement au point que vous désiriez atteindre et dont la première vous aurait chaque jour éloigné davantage.

C'est exactement ce qui se produit pour la réforme en question : « La distance entre la route que nous suivions hier et celle où l'on nous place aujourd'hui est inappréciable !, s'écrient les observateurs à courte-vue. Que nous donne-t-on ? L'accession à certains emplois administratifs pour une demi-douzaine d'Annamites diplômés qui pour-

các sở như tây mà không phải xin vào làng tây ? Phải ! thế ta đã được tiến-tới lắm rồi đó ! Nhưng thế thì chánh-thể nước ta có thay đổi được gì không ? Nay ta vẫn ở trong cái địa-vị cũ, và tất cả những người văn-học, tư-bản, thương-mại hay là người nhà-quê, có ai được hưởng một chút gì về cái quyền-lợi nhỏ mọn mà người ta mới nhường cho một dúm đồng-bang mình đâu. Đó chẳng qua là một cách khinh mình, mà bảo mình lại dòm vào trong cái kính hiển-vi mà ngắm xem những việc tủn-mủn trong cách cai-trị, để mình tưởng rằng người ta đã cho mình nhiều thứ quý-báo lạ-lùng đó thôi, v. v... »

Vậy thì tôi phải nhắc lại để ông biết rằng chỉ những người đã chịu vất-vả hành động khó-nhọc để thành-tựu lấy những việc cải-lương đó, và đã bị công-kích tàn-tệ, thì mới biết rõ hơn ông, cái giá-trị và sự ích-lợi về những điều cải-lương ấy là thế nào. Vả lại thấy những kẻ phản-đối kia họ đã công-kích những việc cải-lương ấy một cách kịch-liệt như vậy thì biết rằng họ đã thâm-hiểu hơn ông rằng những việc cải-lương ấy có cái giá-trị to và nhiều kết-quả lớn. Phản - đối trước mặt hay là công-kích sau lưng, quân-đội đường hoàng đánh trước, hay là gươm-giáo vụng-chộm đâm sau, bọn họ đã hết sức ngăn-trở không cho ra cái nghị-định mà nay ông tiếp-nhận một cách bĩu-môi khinh-bỉ ; bọn họ đã xuất cả tiền-quân hậu-quân về đảng thực-dân bác-tước chục-lợi ra mà công-kích, dùng những sự dan-trá bất-minh và những cách vu-oan dối-giá để làm phi-danh người đã cả gan không đợi bọn họ chuẩn-ưng mà dám thi-hành cho các ông việc cải-lương ấy....

Xem thế thì biết rằng những kẻ ấy hiểu rỏ người ta đã cho các ông cái gì, và có giá-trị to thế nào. Như vậy nay ông có thể nói rằng, ông không biết sự ấy không? hay là ông không trông thấy cái tấn nguy-kịch nó đã hiện ra dưới mắt ông, ở trong một người Pháp mới sang đây lòng đang nhiệt-thành về cái tôn-chỉ tối-cao của nước Pháp chúng tôi, với mấy người Pháp thực-dân ở đây họ chỉ bo

ront s'y glisser sans avoir à solliciter leur naturalisation ? Nous voilà bien avancés, vraiment ! En quoi la situation politique de notre pays est-elle modifiée ? Nous sommes toujours logés à la même enseigne et aucun de nous, intellectuels, propriétaires, commerçants ou nha-qués ne tire le moindre avantage de cette petite concession faite à un nombre infime de nos compatriotes. C'est se moquer de nous que de vouloir nous inviter à contempler à la loupe de telles minuties administratives pour nous faire croire qu'on nous comble de cadeaux merveilleux, etc... ».

Et bien, je vous le répète, ceux qui ont combattu *pour* de telles réformes savent mieux que vous, et en raison même de la violence des attaques qu'ils ont subies, ce qu'en est la valeur, ce qu'en sera la portée. Et ceux qui ont combattu *contre* ces réformes ont montré, par l'âpreté avec laquelle ils ont mené le combat, qu'ils savaient, beaucoup mieux que vous, en comprendre l'importance. Critiques ouvertes ou attaques sourdes, campagnes menées au grand jour ou coups de poignards lâchement assénés par derrière, ils ont tout essayé pour empêcher la promulgation de cet arrêté que vous recevez aujourd'hui avec une moue méprisante ; ils ont mobilisé le ban et l'arrière-ban des profiteurs et exploiteurs coloniaux de tout plumage pour essayer de disqualifier, par les insinuations les plus malveillantes et les pires calomnies, l'homme qui avait osé se passer de leur approbation pour vous donner cela....

Ces gens-là *savaient* ce qu'on vous donnait. Allez-vous nous dire aujourd'hui que *vous* ne le savez pas, que vous n'avez rien compris au drame qui s'est déroulé sous vos yeux entre un Français de France venu parmi vous tout illuminé encore des reflets de l'idéalisme de notre beau pays et *quelques* Français coloniaux cramponnés farouchement sur leurs sacs de piastres avec la crainte morbide

bo bíu riết lấy những túi bạc một cách thô-bỉ dã-man, sợ rằng từ rầy sẽ trông thấy những túi bạc ấy không phải vơi-cạn đi, nhưng mà thấy nó không được nặng-phềnh mau-tróng như trước? — Vả lại sợ như thế là vô lý, vì rằng những sự cải-lương đã làm rồi hay sắp sửa làm đều trước hết phải kiên-nề những quyền lợi của người ta.

Cái hạt giống deo ngày nay tuy bé thật; Nhưng rồi sau nó sẽ mọc thành một cây to lớn, những cành lá rườm-rà sẽ che-trở cho các ông. Vậy thật ông không hiểu sự đó sao?.. Vả lại khi ông thấy họ dồ-sô đến người đang cầm cái hột giống mà giồng xuống đất kia, và đầy người ấy ngã ra để dật lấy cái mầm non quý-báu, ông đã trông thấy thế mà ông lại không hiểu ư?

Vậy thôi, Ông Lợi ơi, hẳn rằng ông biết minh-xét lắm, nhưng ông không muốn khoe tài cho chúng tôi hay đó! Thật ông có tính khiêm tốn quá chừng!

Không có lẽ rằng ông lại không hiểu — nay Ông Varenne quả-dũng như thế khác chi người xưa nhẩy qua sông Rubicon — dữa lúc đám Rợ-mọi đang hò-hét om-sòm — vậy có lẽ đâu ông ấy lại cho các ông một vật « vô giá-trị » sao.

Nay ông ấy đã phá đổ được cái tường cao phân-rẽ hai dân-tộc chúng ta, vì chủng-loại khác nhau mà hóa ra xét-đoán chênh-lệch:

Một bên thì người « da trắng » — Người-Pháp — tự-đắc là giống tinh-anh, chỉ có giống ấy là có tư-cách học-hành thông-thái được, vậy chỉ có người giống ấy mới làm được chủ-chương sai khiến, và còn bên kia là người « da vàng » cho là nòi giống hèn-kém từ xưa, vốn là không có thể học-hành tiến-hóa được, (như là con-khỉ dậy-dỗ có thành ra người được không?) bao giờ cũng chỉ dùng vào những việc nhỏ-hèn, phải cắm cổ vâng-lời, phải nhắm mắt làm việc người trên sai-khiến... Ít khi có kẻ đặc-biết: Nghĩa là có

de les voir désormais, non pas même se vider, mais s'enfler un peu moins rapidement? — crainte d'ailleurs chimérique, toutes les réformes faites ou à faire respectant avant tout les droits acquis.

La semence est petite, il est vrai. Mais elle contient en puissance l'arbre immense qui vous protégera de ses rameaux. Vraiment, ne le comprenez-vous pas... lorsque vous avez vu, cependant, vos ennemis se ruer sur celui qui enfonçait la graine dans le sol, et cherchant à le terrasser, pour arracher de ses mains l'embryon précieux ?

Allons, Monsieur Loi, vous êtes certainement plus clairvoyant que vous ne voulez nous le faire entendre! Il y a vraiment, de votre part, excès de modestie !

Il n'est pas possible que vous n'ayez pas compris — ne fût-ce qu'aux clameurs des Barbares — qu'en vous accordant ce « rien », M. Varenne a franchi le Rubicon.

Il a renversé la muraille que le préjugé des races avait dressée entre vous et nous.

D'un côté se tenait le « blanc » — le Français — être d'élite, seul apte à s'élever par l'instruction et l'éducation, seul capable, par conséquent, d'organiser et de commander, et, d'autre part, le jaune, être inférieur congénitalement, imperfectible par atavisme, par définition (le singe devient-il homme par le dressage?), voué à jamais aux emplois inférieurs, à l'obéissance passive, à l'exécution aveugle des ordres d'en-haut... Quelques très rares exceptions seulement : les deux ou trois phénomènes (genre femme à barbe

một vài người giỏi (tựa như chuyện đàn-bà có râu, bò có hai đầu) được vào làng tây.

Nhưng chợt có — một người Pháp — đến đây ! và bảo các ông rằng : « Không chẳng phải thế đâu, hỡi các anh-em : hễ cứ học giỏi bằng nhau, cùng làm chức-sự ngang nhau : bất cứ vàng hay trắng, bản-xứ hay dân tây, ở đây là xứ-sở của các anh-em, hễ ai tài-năng gánh nổi thì sẽ được làm chức sự, chỉ có thế mà thôi ».

Ấy thế, mà bảo là sự vô giá-trị à ?

Không, đó là sự vô giá-trị, hay là hầu như... Đó chỉ là một sự cách-mệnh mà thôi.

Một việc cách-mệnh không ai phải đổ máu, chỉ một người đã có can-đảm làm ra cách-mệnh ấy phải chịu đánh-đập đau-đớn — độc thân, độc trụ ở đây thật, nhưng đã có cả nước Pháp đứng sau kia ! — mà ông chẳng nói cho người ấy được một lời : « Cám ơn » !

Vả lại tất cả cách mở-mang quyền-lợi cho người bản-xứ đã có đủ ở trong việc cải-lương đó. Chúng tôi đã cổ-động nhiều lần : Muốn cho người bản-xứ được quyền-dự vào việc chánh-trị trong nước mà cho người ta vào làng tây thì chớ có quên rằng người ta là người bản-xứ. Chớ bắt người ta bỏ chủng-tộc mà bổn-phận người ta phải coi làm quý-trọng danh-giá. Vậy nay đừng có đào một cái hố mà phân-cách đảng thượng-lưu với đảng thường-dân, vì đảng thượng-lưu là đảng sẽ cai-trị thì họ sẽ phân cách người thường-dân... dù rằng họ không muốn thế nữa. Giáo-dục của nước Pháp phải làm một cái lợi-khí để mở-mang cho hết cả mọi người, chớ không phải là cái đồ dùng áp-chế cho riêng một vài người quyền-hành. Vậy nay ta phải mở-mang giáo-dục cho hết cả dân-tộc Đông-Pháp, và nếu ta dạy cho dân ấy biết ái-quốc hoài chủng trở nên văn-minh phú-cường... thì sau dân ấy sẽ cảm-ơn ta mà yêu-mến thân-thiết với ta.

ou veau à deux têtes) admis chaque année à la naturalisation.

Mais un homme vint — *un Français !* — et vous dit : « Mais non, chers amis : à égalité de connaissances, égalité d'attributions ; jaunes ou blancs, citoyens, sujets ou protégés, vous êtes ici chez vous, et vous aurez les emplois que vous vous serez montrés capables de remplir, tout simplement».

Et ce n'est rien, cela ?

Non, ce n'est rien, ou presque... C'est seulement une révolution.

Une révolution sans effusion de sang, où les seuls coups portés furent ceux qui ont meurtri cruellement l'homme qui avait eu le courage de la faire, à lui seul — seul ici, c'est vrai, mais derrière lui était toute la France ! — sans que seulement vous lui disiez : « Merci ! »

Et c'est tout le développement du statut de l'indigénat qui est contenu dans cette réforme. Nous l'avons assez dit : N'obligez pas l'indigène, pour lui permettre de participer à l'organisation, à la direction de son propre pays, à passer par la naturalisation. Ne l'obligez pas à dépouiller sa nationalité, dont il *doit* être fier. Ne creusez pas un fossé entre l'élite qui dirigera et le peuple dont celle-ci s'éloignera... si même elle ne se retourne pas contre lui. La culture française doit être un instrument d'émancipation pour tous, et non de domination pour quelques-uns. C'est tout le peuple d'Indochine que la reconnaissance nous attachera étroitement si nous l'avons développé dans l'amour et la fierté de son pays et de sa race et le désir de les rendre plus puissants et plus beaux...

Đấy là tất cả các việc đã sếp-đặt từ trước ở trong cái chương-trình cải-lương chuột-nhắt của Ông Dương-văn-Lợi đó.

Sự cải-lương đó là một cái ngân-phiếu mà chánh-phủ Đông-Pháp phải nhận giả ngay cho việc mở-mang giáo-dục. Nay không có thể chì-hoãn lâu quá, không cho mở rộng sự học hết cả các bậc. Vì nếu thế thì các ông sẽ có quyền bảo chúng tôi rằng: Xưa có Ông Toàn-quyền riễu-cợt chúng tôi một cách khó chịu quá: trước đã hứa cho những người bản-xứ có bằng-cấp được bổ vào mấy chức sự... thế mà sau lại không cho học tới đỗ được những bằng-cấp ấy. Cách cử-chỉ như vậy thì không đáng là người thay mặt nước Pháp. Nhưng nay cái ngân-phiếu ấy đã ký rồi, vậy xin các ông nên chắc rằng Ông Varenne và những người nối chức ông ấy sẽ không phản-kháng nữa đâu.

Vậy hỡi các quý-vị đọc-giả Annam, đó là những việc cải-lương mà người phản-đối, tôi rất yêu-mến kia, có ý cho là vô giá-trị và chẳng bổ-ích gì. Nay tôi còn muốn nói để các ông biết mấy điều ý-tưởng của tôi khởi-phát ra vì xem mấy đoạn trong những bài phản-đối hay đó. Vậy xin anh em hãy kiên-tâm một chút. Vì e có nhiều điều chực-ngôn phản-nhĩ.

*
* *

Thiết tưởng rằng tôi nói như thế đã đủ giữ cho đọc-giả khỏi theo ý người phản-đối tôi cho cái gì cũng là dở, vì ông ta còn kêu thế nầy nữa: « Nay chúng tôi chỉ trông-thấy như chị Anne, có mặt-giời bụi-mù với cỏ xanh ngắt ». Ông Lợi ơi, nay đã có mặt-giời soi-sáng con đường vận-mệnh các ông với cỏ mọc xanh tốt ở trong những cánh đồng của các ông, vậy thế là it-ỏi lắm sao mà ông kêu đó?.. Và nếu ông muốn suy-xét cho công-bằng hơn một chút thì ông sẽ trông-thấy rõ cả như tôi.

Et c'est tout cela qui est contenu en principe dans la réforme-souris de M. Duong-van-Loi.

Et cette réforme est, pour le gouvernement d'Indochine, une traite impérieuse à payer sur l'Enseignement. Il ne sera plus possible de temporiser exagérément pour se refuser encore à une extension devenue plus que jamais nécessaire de l'enseignement *à tous les degrés.* Car vous serez en droit de nous dire : Un gouvernement général français a voulu nous leurrer et s'est livré à une plaisanterie du plus mauvais goût lorsqu'il a promis l'accession à certains emplois aux indigènes diplômés... pous nous refuser obstinément ensuite la possibilité d'obtenir ces diplômes. Une telle attitude serait indigne des représentants de la France parmi vous. La traite est signée, M. Varenne et ses successeurs, croyez-le bien, ne la protesteront pas.

Tels sont, chers lecteurs annamites, les petites réformes sans conséquences et sans portée auxquelles faisait allusion mon estimable contradicteur. Je voudrais maintenant vous faire part de quelques réflexions que m'ont suggérées, toujours au fil de la lecture, différents passages de ses intéressants articles. Tenons-nous bien. Il y aura peut-être d'assez amères vérités.

* * *

Nous croyons avoir suffisamment, par ce qui précède, mis en garde le lecteur contre le pessimisme de notre contradicteur qui s'écrie encore : « Nous ne voyons, comme sœur Anne, que le soleil qui poudroie et l'herbe qui verdoie ». Cher Monsieur Loi, le soleil sur la route de votre destin, l'herbe verdoyant sur vos pâturages prospères, serait-ce déjà si peu que vous le prétendez ?... Et si vous voulez bien être plus juste, vous les verrez, cependant, tout comme moi.

Còn nhiều chỗ tôi không muốn nói lắm cho giải, mà xem ra Ông Dương có ý chưa hiểu-thấu, khiến cho người ta cảm-tưởng khó-chịu, và nếu người ta không biết rằng thật là vì ông ấy còn chưa hiểu-thấu, là điều không nên trách, thì người ta sẽ cho là một cách bạc-bẽo vô-ơn. Còn về phần nước Pháp theo như ý ông, thì chỉ thấy có « nhiều cảm-tình cao-thượng thật, nhưng chỉ là những hư-tưởng mà thôi », chỉ thấy có « những tiếng quảng-đại mà các Ông kia hò-hét hão vì tức-giận trong một lúc » còn Mẫu-quốc thì « lãnh-đạm vô-tình » vân vân...

Xem thế thì ông Dương-văn-Lợi cũng không tường các việc ở bên Mẫu-quốc như mấy người Pháp không tường các việc ở bên nước ông. Ông ấy chẳng chịu công-nhận những việc đã thành-công kết-quả mà nhiều người như chúng tôi đây đã chịu khổ-sở gánh-vác cái chức-vụ nặng-nề bạc-bẽo, cam-chịu hết mọi điều chê-chách sỉ-nhục, công-kích tàn nhẫn, để khởi-xướng ra những nguồn dư-luận *tươi-tốt vững-bền*, để cho những người khác được tuyển-cử ra cầm quyền-chách mà thực-hành những tư-tưởng của chúng tôi theo cái tôn-chỉ nước Pháp.

Vậy không phải là bởi những « cảm-tình hư-tưởng », bởi những điều « tức-giận trong một lúc » và nhất là bởi cái cách « lãnh-đạm vô-tình » mà một nước, đang buổi tòa thượng-thư không yên-vững, đã thành-đạt được việc cải-lương chánh-trị to-tát như việc mà chúng ta chứng-dự ngày nay. Vì rằng, không dám nói phiền Ông Varenne, tuy bởi những lẽ... hiểm-bí về chánh-trị mà ông vẫn nói rằng có thể tiếp theo chánh-sách của các người trước được, nhưng xem ngay trong việc tuyển-cử ông sang làm Toàn-quyền ở đây đã có điều chỉ-thị rõ-ràng cái chủ-ý muốn cải-lương chánh-trị. Điều chỉ-thị đó đã nói minh-bạch ở trong những điều của Quan Thuộc-địa Thượng-Thư André Hesse dặn-bảo Ông Varenne trước lúc sang đây.

Vậy chẳng phải là một sự tình-cờ ngẫu-nhiên, ý-muốn vụt-chốc, mà nay là lần thứ nhất nước Pháp đem giao-phó

Je n'insisterai pas plus longuement sur certains passages où M. Duong nous laisse une impression pénible d'incompréhension qu'on pourrait prendre pour de l'ingratitude si elle ne provenait manifestement d'une ignorance d'ailleurs bien excusable. De la part de la France, il n'y aurait « que des sentiments nobles, sans doute, mais platoniques », que des « cris généreux arrachés à ces Messieurs par leur indignation momentanée », la métropole « est rentrée, pour s'y mûrer, dans sa souveraine indifférence », etc, etc...

M. Duong-van-Loi est aussi mal informé des choses de la métropole que certains métropolitains sont mal informés des choses de son pays. Il méconnaît singulièrement les résultats des efforts de ceux qui, comme nous, ont assumé la tâche ingrate d'essuyer injures, crachats et coups de pieds bas pour créer ces mouvements d'opinion *féconds et durables* qui portent au pouvoir d'autres hommes chargés d'appliquer nos idées, de poursuivre notre idéal.

Ce n'est pas par des « sentiments platoniques » des « indignations momentanées » et surtout par de la « souveraine indifférence » qu'un pays parvient, à travers les difficultés de l'instabilité ministérielle, à imposer un changement de politique aussi profond que celui auquel nous assistons ici aujourd'hui. Car, n'en déplaise à M. Varenne qui, pour des raisons... stratégiques, n'a cessé d'affirmer une parfaite continuité politique avec ses prédécesseurs, il y a eu, dans le fait même de sa nomination, une indication on ne peut plus claire de la volonté réformatrice du pays. Indication qui s'est traduite sans ambigüité par les instructions qu'il a reçues, avant son départ, de M. André Hesse, Ministre des Colonies.

Ce n'est pas par un hasard fortuit ni en conséquence de quelque fugace velléité de la France qu'un parlementaire

quyền-chánh cho một người nghị-viên xã-hội đảng. Vậy xem thế thì biết rằng Mẫu-quốc đã có một cái chủ-ý kiên-cố, suy-nghỉ cẩn-thận, và nhờ việc cổ-động rất đáng khen của các báo-quán mà việc giáo-dục ở thuộc-địa Đông-Pháp đã bắt đầu mở-mang và tiến-tới nhiều. Và cái chủ-ý ấy xem ra càng ngày càng rõ-rệt — cho người nào biết suy-xét, ngoài những chuyện bè-đảng công-kích, có cái tiếng chùm-trưởng của cả quốc-dân — ở trong những dư-luận chính-đáng của các báo dân-đảng, và của các Nghị-viên đã tỏ-lòng tin-cẩn, bênh-vực, giúp-đỡ Ông Varenne, và đã định cho những việc vấn-cứu và công-kích của Outrey khó tả kia, một cái số-phận thế nào thì ta đã rõ-biết rồi.

Vậy Ông Dương, ông hãy xét kỹ xem rồi ông sẽ tỏ ý công-bằng và biết-ơn hơn trước.

Ông còn nói rằng: « Ông Varenne không đả-động đến các người thực-dân tàn-bạo, vì không muốn... làm phiền những thủ-hạ, ông muốn để cho chúng hết cả trách-nhiệm các việc. »

Tôi không muốn ca-tụng Ông Varenne và công-nghiệp của ông ấy đâu. Tôi có nhiều lẽ phải dìn-giữ điều ấy cẩn-thận. Nhưng tôi phải nói với Ông Dương-văn-Lợi rằng hình-như ông ấy đã nghĩ tới những điều khó-khăn của một người « thống-lĩnh » thi-hành quyền-chánh. Chừ phi có thể hành-động chuyên-chế, và lấy võ-lực — nhưng có võ-lực nào ? — mà bắt-buộc được các quan cai-trị phải đồng-loạt thi-hành tức-khắc cái mệnh-lịnh của mình, thì người thống-lĩnh ấy phải gọi-bảo cho hết cả mọi-người cùng vui-lòng hiệp-sức với mình là một sự tối cần-yếu. Người thống-lĩnh ấy phải hiểu-dụ cho chúng biết những chủ-ý chánh-trị của mình, chỉ-rõ cho chúng một đường phải noi-theo và để cho chúng — là những người làm chủ-trương biết lo trách-nhiệm, chớ không phải là trẻ con — được quyền tự-do sáng-kiến hành-động thì chúng mới có thể làm trọn được cái chức-trách. Nhưng nếu có sảy ra những sự truyền-đạt hay là thi-hành sai-thất những

socialiste s'est vu, pour la première fois, confier ce lourd mandat. Il y a là l'expression d'une volonté ferme et réfléchie de la métropole, dont l'éducation coloniale indochinoise a été commencée et considérablement avancée par des campagnes qui ne sont pas sans mérite. Et cette volonté continue à s'affirmer — pour qui sait, en dehors des querelles d'hommes et de partis, discerner la voix dominante du pays — par l'attitude des journaux républicains et du Parlement qui maintiennent, envers et contre tout, à M. Varenne, leur confiance et leur appui, et qui font aux campagnes et interpellations de l'ineffable Outrey le sort que nous savons.

Regardez de plus près, Monsieur Duong, et vous serez plus juste et plus reconnaissant.

« M. Varenne, dites-vous encore, n'a pas beaucoup dérangé les coloniaux à la trique, ne voulant pas... déranger ses collaborateurs à qui il entend laisser l'entière responsabilité de leurs actes ».

Loin de moi l'intention de faire l'apologie de M. Varenne et de son œuvre. J'ai les meilleures raisons pour observer la plus grande réserve à ce sujet. Mais je dois cependant dire à M. Duong-van-Loi qu'il ne me paraît pas avoir suffisamment réfléchi aux difficultés que peut trouver un « souverain » dans l'exercice de son mandat. A moins d'agir en dictateur absolu et d'imposer par la force — *et quelle force ?* — aux agents administratifs d'exécution la réalisation immédiate et générale de sa volonté, il doit faire appel au bon vouloir de chacun pour une collaboration unanime qui lui est indispensable. Il explique alors clairement à tous ce que sont ses intentions politiques, montre la ligne à suivre, et laisse à des hommes — qui sont des chefs responsables et non des enfants — la liberté, l'initiative qui leur sont indispensables pour exercer dignement leurs fonctions. Si des erreurs d'interprétation, de mise en application de ses indications générales venaient alors à se

điều hiệu-lệnh của mình thì người thống-lĩnh phải đem bày-tỏ với Mẫu-quốc, *xin lấy một cái quyền-hành vững-chắc hơn* cái quyền mình tạm-giữ bây-giờ, để ngộ khi cần phải thay-đổi hết cả lại, mà sự thay-đổi ấy hay sinh lắm sự khó-khăn cho nên thường người thống-lĩnh không dám quả-quyết. Một-vị Toàn-quyền không phải là giữ một mình được cả việc cai-trị trong nước, và không có thể vừa làm-luật, vừa trị-dân và lại sử-án. Trong khi thi-hành quyền-chánh thường sẩy ra lắm sự khó-khăn khiến cho những người cầm quyền-chánh phải lưu-tâm chú-ý mà chịu nhiều nỗi vật-vả hơn những kẻ — như ông với tôi — chỉ biện-thuyết về những tư-tưởng của người ta ở trên diễn-dàn hay là ở trong mấy cột nhật-trình...

*
* *

Nói vậy rồi, ta hãy đọc lại đoạn văn hăng-hái mà Ông Dương-văn-Lợi định khiến cho tôi chú-ý như sau này : « Nếu nước Tầu nay đang dẫy-dụa đau-đớn khốn-nạn thế là cốt tìm lấy một lối sinh-tồn, và chắc rằng qua-khỏi cái bước đầu-nan đau-đớn ấy rồi nước Tầu sẽ thành ra một nước văn-minh phú-cường to-lớn. Bấy giờ sẽ không phải là nước Tầu hèn-yếu cũ-xưa, bị lũ quân-phiệt Âu-châu hiếp-đáp, mà sẽ là một nước Tầu tráng-kiện, liệt-hàng với các đại-cường-quốc, và sẽ làm người bảo-thủ quyền-lợi trong cuộc chiến-tranh kinh-tế nay-mai ở Thái-bình-dương, mà cái tên ấy sau này sẽ cho là một tiếng nói-riễu buồn-rầu ».

Không, Ông Dương-văn-Lợi ơi, sự ấy không *hẳn có* như ý ông quả-quyết — mà cũng không chắc có — và tôi lại tưởng rằng không phải thế.

Cho được một sự đau-đớn có cái công-quả cứu-nhân độ-thế như sở-kiến của ông thì sự đau-đớn ấy phải kêu tới những linh-hồn đã sáng-xuất nhiều có thể tìm thấy được cái nguyên-gốc sự đau-đớn, hiểu rằng cỗi-dễ sự khổ

produire, il lui appartiendrait de les mettre en lumière, de les présenter au pays, et *d'obtenir de celui-ci un mandat moins précaire* que celui qu'il détient, pour réaliser, s'il le fallait, la subversion complète, lourde de conséquences, devant laquelle il pouvait être naturel d'hésiter. Un gouverneur général n'est pas, à lui seul, toute l'administration et ne résume pas, en son unique personne, le législatif, l'administratif et le judiciaire. Il se trouve en présence de contingences assez difficiles que l'exercice du pouvoir impose à l'attention des gouvernants plus durement qu'à ceux qui — comme vous et moi — soutiennent leurs idées du haut des tribunes populaires ou dans les colonnes de journaux....

* * *

Ceci dit, relisons si vous le voulez bien, le passage dithyrambique où M. Duong-van-Loi me fait remarquer que « si la Chine se débat actuellement dans les pires convulsions, c'est justement pour chercher sa voie, et il est certain que de cette épreuve d'épuration par la douleur, elle sortira organisée, modernisée, grandie. Ce ne sera plus alors la vieille Chine d'antan, victime de l'impérialisme militaire de l'Europe coalisée, mais une Chine jeune et forte, avec laquelle toutes les nations du monde seront obligées de compter et qui sera le principal champion de la future lutte économique sur les rives du Pacifique, dont le nom, demain, sera d'une triste ironie ».

Non, M. Loi, ceci n'est pas *certain*, comme vous l'affirmez — ce n'est même pas probable — et je crois même que ce n'est pas vrai.

Pour que la souffrance puisse avoir la valeur rédemptrice que vous lui reconnaissez, il faut qu'elle s'adresse à des âmes assez éclairées déjà pour en savoir analyser les causes, comprendre que l'origine du mal est en elles, et

là ở tự mình mà ra, và đã có đủ tư-cách dám chịu thất-vọng mà cố-gắng cho mình đứng-dậy được và ra khỏi được cái dường đau-đớn và nơi chết-chóc.

Nhưng khốn-nạn, tôi không chắc rằng nước Tầu đã được như thế. Tôi đã nói, nay nước Tầu muốn nóng-nẩy cấp-tiến. Hay là chỉ có một dúm người mơ-màng tham-lạm, muốn thành-đạt cái mộng-tưởng vô-lý. Những người ấy cũng quên — như Ông Lợi khi đoán-xét Ông Varenne — không nghĩ rằng những người thống-lĩnh quyền-chánh không phải là có cả nước ở trong tay mình, và chánh-phủ với việc cai-trị trong một nước có hơn bốn trăm triệu dân, thì cần phải có một đám quan-lại đông người đồng-tâm hiệp-lực, đều có lòng lo báo-quốc, quên bỏ tư-lợi, hết sức tận-tâm trọn-vẹn chức-trách làm cho nước mình được tấn-tới vẻ-vang. Vậy chánh-phủ không phải là Ông X. và Ông Y. ở Bắc-kinh: nhưng là tất cả một đám quân-đội... và đám quân-đội ấy giải-dắc khắp cả trong một cõi-đất mênh-mông xa-xôi cách-trở vì thiếu đàng-lối giao-thông, như vậy mỗi người làm quan-lại phải cần có đức-hạnh thông-minh sáng-kiến, và cần nhất là phải có lương-tâm sáng-tỏ mà làm cho trọn-vẹn cái chức-trách của mình. Đám quân-đội ấy không phải là trong một chốc mà tác-thành ngay được. Không có phép nào biến-hóa mau tróng ngay ra được hàng nghìn người hiền-lương đức-hạnh trí-thức thông-minh như thế.

Ít ra là phải hơn một trăm năm mới có thể đào-tạo được bọn thượng-lưu đông người ở trong một nước to như nước Tầu, lâu nay đã để cho tắt-mất lòng lo báo-quốc, vì khinh-bỏ-mất cái luân-lý cao-thượng mà nước ấy đã có từ mấy nghìn năm trước.

Ông Lợi không phải là không biết là rằng nước Tầu nguyên xưa có hai hạng người là: quan-lại và thường-dân — quan-lại vốn là ở thường-dân mà ra. Phép luân-lý là độc-nhất *căn-bản vững-bền, tối quan-hệ cho từng nước* cũng như cho từng người — đã ghi-chép ở trong những

assez fortes pour faire l'effort désespéré qui les remettra debout et les dressera hors du lit de douleurs et même du tombeau.

Je ne crois malheureusement pas que la Chine en soit là. Elle a voulu, je vous l'ai dit, brûler les étapes. Ou, plus exactement, une poignée d'utopistes et d'ambitieux ont voulu réaliser ce rêve insensé. Ils ont oublié seulement — comme M. Loi lorsqu'il apprécie l'attitude de M. Varenne — que les hommes au faîte du pouvoir ne sont pas, à eux seuls, toute la nation, et que le gouvernement et l'administration d'un pays de plus de quatre cent millions d'habitants nécessitent la collaboration d'une nuée de fonctionnaires, tous imprégnés du même esprit de civisme et profondément désireux de se consacrer avec conscience et désintéressement, pour la grandeur de la patrie, à la tâche *sacrée* qui leur est dévolue. L'administration ne s'appelle pas MM. X. et Y., à Pékin : elle s'appelle légion... et cette légion est dispersée sur un territoire immense, où les distances sont multipliées par le manque presque absolu de moyens de communications, qui nécessite la décentralisation et exige, chez chaque agent d'exécution, des qualités d'initiative et surtout de conscience extrêmement développées. Cette légion ne s'improvise pas. Il n'y a pas, pour susciter des milliers d'hommes intègres, intelligents et instruits, de phénomène de génération spontanée.

Il faut plus d'un siècle pour parvenir à former une aussi nombreuse élite dans un pays qui a, comme la Chine, laissé s'éteindre en lui le sens du civisme, pour avoir perdu la haute morale qui, pendant des millénaires, le lui avait inspiré.

M. Loi n'ignore pas que la population de la Chine était essentiellement composée de deux éléments : les mandarins et le peuple — ceux-là, d'ailleurs, issus de celui-ci. La loi morale, seul *fondement solide, indispensable aux nations* comme aux individus — était toute enfermée dans

kinh-sách mà các thánh-hiền Khổng Mạnh cùng các nhà chú-giải đã dẫn-nghĩa rõ-ràng. Dù muốn nói thế nào mặc-lòng, nhưng cái cách xưa lấy những kinh-sách tôn-trọng ấy mà khai tâm mở trí cho những người phải mang cái trách-nhiệm to-tát bảo-tồn quốc-gia, thì thật là một cách khôn-ngoan đệ-nhất. Được giữ cái của quý-báu ấy thì bổn phận những người có trách-nhiệm nặng-nề phải đem phân-phát cho cã nhân-dân, bằng cách giáo-dục, bằng cách thi-hành quyền-chánh cho công-bằng nhân-đức, và bằng cái gương tốt của người trên phải làm luôn cho kẻ dưới noi theo.

Nhưng cả bàn dân lớn ấy, có khí-chất thông-minh, tài-năng kỹ-nghệ, chăm-chỉ làm-lụng, đã giao-phó để mặc những kẻ thống-lĩnh quyền-chánh hết cả các việc giáo-dục luân-lý của mình và cả các việc chánh-trị nhà-nước... Vì dân chỉ biết cắm-cúi có việc làm ăn, thành ra quen thói không biết lo đến sự sinh-tồn của quốc-gia, thấy mình không am-hiểu việc nước thì cho rằng sự khuyết-điểm ấy là tự bẩm-sinh ; sau càng ngày dân bỏ mất cái quyền kiểm-soát luôn luôn và cái tính biết kháng-lại sự dở, vì theo như thánh-hiền đã dậy thì người dân phải có cái tính-chất ấy để có khi cần phải can-dự đến việc nhà-nước mà bắt các vua chúa phải theo lòng dân, vì rằng các người cầm quyền-bính của «Giời Đất» đã giao cho, có biết thi-hành làm việc nhân-đức cho dân, vì dân là *quý-trọng*, thì mới sứng-đáng cái quyền đó.

Xưa nước Tầu đã biết đào-tạo người thượng-lưu — nhưng không biết giáo-dục mở-trí cho dân, đó là một điều lầm-lỗi nay nước Tầu phải đền-bồi một cách đau đớn.

Người ta biết rõ rằng sự lầm-lỗi ấy đã sinh ra hại thế nào: Đảng thượng-lưu kia sau hóa ra suy-đốn hủ-bại... Những nghĩa-lý tối-cao ở kinh-tịch thánh-hiền không biết kính-mộ, và sự học những kinh-sách ấy hóa ra lối

les admirables livres classiques où Confucius, Mencius et leurs commentateurs et disciples l'avaient clairement exposée. Il fut sage, il fut excellent, bien qu'on en ait pu dire, de faire de l'étude de ces livres sacrés la seule école du cœur et de l'esprit des hommes à qui incomberait la tâche magistrale d'assurer la vie de leur pays. Dépositaires de ce bien sacré, c'est eux qui avaient la charge de le dispenser au peuple par leur enseignement, par l'exercice d'un pouvoir juste et bienveillant, par l'exemple constant qu'ils devaient lui donner.

Mais ce peuple immense, intelligent, actif et industrieux, s'en remettait entièrement à ces gouvernants du soin de sa direction morale et des affaires publiques... Exclusivement livré à son labeur quotidien, il s'habituait trop aisément au désintéressement de la vie nationale, il se sentait incompètent et jugeait cette infirmité comme naturelle ; il perdait de plus en plus ce pouvoir de contrôle incessant et cette faculté de réaction qui, selon ses plus grands sages, doivent le pousser à intervenir lorsqu'il est nécessaire, pour imposer la volonté populaire aux princes, le mandat que ceux-ci ont reçu du « Ciel et de la Terre » ne valant que par l'application qu'ils en savent faire au bien du peuple *souverain*.

L'ancienne Chine avait su former une élite — elle n'avait pas su faire l'éducation du peuple resté mineur et c'est la faute qu'elle paye chèrement aujourd'hui.

On sait trop ce qui s'est produit : cette élite a dégénéré, elle s'est décomposée... L'enseignement des vérités sublimes des grands sages a été perdu de vue, et l'étude des textes classiques est devenue pure littérature, prétexte à

học văn-chương, trích câu tầm cú một cách vụn-vặt ngu-suẩn.

Những đạo-đức luân-lý của thánh-hiền dạy trong các kinh-sách chỉ còn có cái hình-thức bãi-bỏ, thì những đạo-đức luân-lý ấy đã tiêu-tán hết cả như thể là khói-hương ở một cái lò đã bay-tản đi hết, chỉ có cái sác lò không còn lại... Bèn sinh ra đủ các tật-xấu: Lấy văn-chương làm khoe-khoang, lấy đẳng-cấp làm kiêu-ngạo — nóng-lòng vì kiêu-ngạo — dan-lậu bất-lương — tham-tàn hối-lộ.

Cái dốc đổ-xuống mạnh lắm: dân thì yếu-đuối ngu-hèn, chìm-đắm ở trong vực sâu hủ-bại, cứ ép chịu một bề cho bọn tham-quan ô-lại hà-hiếp — cho lũ quân-quan chiến-đấu hại-tàn, nhũng-nhiễu khốn-khổ, mà dân cứ chịu làm-than chết-bẹp chớ không dám kêu-ca, vì họ tưởng: « Đó là những sự cạnh-tranh của các vua quan, đó là việc của những người lớn ở thế-dan — chúng ta có am-hiểu gì đâu ». Và những việc chiến-tranh, giặc-cướp hại-tàn đó thì dân lại cho là những việc Giời deo tai-vạ không sao tránh-khỏi, như là họ tưởng những sự ngập-lụt gió-bão vậy. Chỉ có một sự giáo-dục luân-lý mà dân học được vì những gương trông-thấy hàng ngày là sự ích-kỷ đắc-thắng. Như vậy thì dân biết phẫn-nộ làm sao, và để làm gì, về những sự tham-nhũng, tàn-tệ lưu từ mấy trăm năm nay, và dân vẫn coi là những sự đặc-quyền chánh-đáng của các vua-quan. Những sự cướp-bóc hà-hiếp đó họ cho là những sự tự-nhiên và mọi người hễ có gịp được giữ một mấy quyền-hành thì cũng sẵn lòng làm ngay như thế.

Vậy, hỡi các quý-hữu Annam, sao nay anh em lại bắt tôi phải đau lòng — vì tôi yêu-mến anh-em, muốn trông-thấy nước của anh-em trở-nên cường-thịnh sung-xướng, mà tôi phải bảo anh-em điều này: « Xin anh-em hãy coi lịch-sử nước Tầu — rồi anh-em hãy lấy cái gương — và ngẫm-nghĩ xem.

*
* *

des travaux prosodiques puériles, à l'exercice d'un psittacisme inintelligent.

Les vérités morales ont déserté les textes sacrés, dont seule subsistait une forme désuète, comme le parfum subtile s'évapore du vase qui l'enfermait... Vanité littéraire — orgueil de caste — cupidité au service de cet orgueil — vénalité — concussions.

La pente fût vite descendue, et, au milieu de cette décomposition qui l'asphyxiait, le peuple, éternel mineur, demeurait veule et passif sous l'oppression de ses mandarins — leurs luttes intestines, leurs guerres, leurs exactions, le laissaient courbé et muet : « Ce sont là, pensait-il, querelles de mandarins ; ces choses concernent les grands de la terre — nous n'y sommes point compétents ». Et guerres, brigandages et invasions étaient pour lui cataclysmes inévitables déclenchés par des volontés supérieures, comme les inondations, les tempêtes ou les typhons. La seule morale dont l'exemple lui était donné était celle de l'égoïsme triomphant. Comment et pourquoi se serait-il indigné des exactions qui, depuis des siècles, lui apparaissaient comme seules et légitimes manifestations de l'exercice du pouvoir ? Ces spoliations, ces oppressions étaient choses toutes naturelles, et chacun se sentait tout prêt à agir de même le jour où une parcelle de ce pouvoir viendrait à lui être impartie.

Annamites, mes amis, pourquoi voulez-vous aujourd'hui m'imposer la douleur de vous dire — parce que je vous aime et veux voir votre pays grand et heureux : « Apprenez l'histoire de la Chine — et puis prenez le miroir — et méditez ».

* * *

Tôi xin lỗi đọc-giả vì đã nói khi giải về câu chuyện nước Tầu. Nhưng trong ấy có lắm điều quan-xát đủ mọi việc, và nhân-gịp trả-lời ông Dương-văn-Lợi, tôi cũng muốn trả-lời cả mấy bài mà người bạn quý của tôi là ông Phan-văn-Trường mới nói về câu chuyện ấy ở trong báo l'*Annam*.

Vậy trong khi bọn người mơ-màng tham-lam ấy muốn hoán-cải xã-hội mà trước hết không biết xây-đắp lại cái nền luân-lý làm cái cốt-yếu khai tâm mở-trí cho dân, thì đã sinh ra sự tệ-hại không sao tránh được. Sự tệ-hại đó là sự tham-tàn vô-sỉ dục-vọng bất-lương sinh ra hủ-bại. Các ông hãy qua-xem nước Tầu như tôi, thì các ông sẽ trông-thấy như lời tôi nhắc lại đây, cái dân-tộc lớn kia có khí-chất thông-minh, siêng-năng làm việc, mà phải chịu dầy-đạp ở dưới chân bọn quân-quan giặc-cướp họ đã tự sưng quyền-tước quyền-hành.

Các ông sẽ trông-thấy lũ quân-lính ngu-dốt thô-tục bẩn-thỉu kia đóng-chật cả những tràng-học, những đền-đài công-thất nguy-nga, giải-khắp cả phố-xá những rơm-rác dơ-ráy, quần-áo bẩn-thỉu, khí-giới kềnh-càng, chửi-rủa sông-phá những xe-lửa thông-thương sót-lại, hà-hiếp dân phải è-cổ đóng thuế này thuế khác vơ-vét cho đầy túi-tham của các chủ-tướng, cướp-bóc nhân-dân lấy cớ là việc « binh-sai », và lũ quân-quan ấy cũng chẳng giữ được sự yên-ổn bề-ngoài cho các làng-sóm không có khí-giới tuần-phòng ở ngay bên cạnh những cửa thành-lớn, để cho những trộm-cướp tàn-phá, mà những quân trộm-cướp ấy cũng là do đảng tự-sưng là quân-lính kia mà ra...

Quân-lính khốn-nạn thế — mà cũng gọi là quân-lính — chỉ dùng làm khí-giới cho bọn tham-tàn « hống-hách » kia nó có quyền-thế là bởi dân ngu-hèn yếu-ớt quá.

Cả cái hiện-tình nguy-kịch là ở nơi đấy : những kẻ tàn-bạo chuyên-chế ở nước Tầu đã xâu-xé mà ăn thịt tổ-quốc, họ là những *võ-tướng*, họ đã có *quân-đội khí-giới* để giữ chắc mãi lấy cái quyền-thế hà-hiếp xấu-xa.

Je m'excuse de m'étendre un peu longuement sur le cas de la Chine. Mais il est, pour nous, riche en enseignements de toutes natures et je voudrais ici répondre, en même temps qu'à M. Duong-van-Loi, aux articles fort intéressants que mon distingué ami, Me Phan-van-Truong, a publiés récemment à ce propos dans son journal l'*Annam*.

L'inévitable se produisit donc lorqu'une poignée de rêveurs et d'ambitieux voulut faire une subversion complète de ce qui existait sans procéder d'abord à l'éducation de la masse pour la résurrection de l'armature morale qui, avant toute chose, s'imposait. Ce fut la ruée des ambitions cyniques et des plus vastes cupidités. Parcourez la Chine comme je l'ai fait, vous verrez, je le répète, ce peuple immense si intelligent, si travailleur, sous la botte de ces généraux-pirates qui se sont à eux-mêmes décernés titres et pouvoir.

Vous verrez cette soldatesque ignare, grossière et puante occuppant les écoles, les pagodes, les plus beaux édifices publics, étalant jusqu'au milieu des rues ses litières, ses hardes, sa vermine et son armement, envahissant, l'injure aux lèvres, ce qui reste encore de trains en circulation, écrasant le peuple de prétendus impôts destinés exclusivement à l'enrichissement de ses généraux, pillant et volant sous prétexte de « réquisitions », et ne pouvant assurer seulement la sécurité extérieure de campagnes livrées sans défense, aux portes mêmes des plus grandes villes, à la piraterie de bandes qui se recrutent, d'ailleurs, parmi ces soi-disant soldats...

Triste armée — mais armée quand même — mise au seul service de la cupidité de ces « puissants » dont la force n'est faite que de l'ignorance et de la veulerie du peuple.

Tout le tragique de la situation est là : les tyrans de la Chine qui ont morcelé leur pays pour se repaître de ses lambeaux sont des *militaires* et ils disposent d'*armées* pour assurer et perpétuer leur odieuse domination.

Như vậy cái « chánh-phủ » phường-trèo ở Bắc-kinh, mà những viên-chức chò-trẻ múa-may như mấy cái hình-gỗ ở chung-quanh những tủ-bạc rỗng-tếch, thì làm thế nào mà *bắt-buộc* các tướng-soái — kẻ-cướp ở các tỉnh xa-cách kinh-đô, phải tuân-theo mệnh-lịnh của mình được ? Lấy tình ái-quốc mà nói với bọn họ thì chỉ tổ làm chò chế-riễu tức-mình. Như vậy chỉ dùng binh-khí võ-lực thì mới trị được lũ quân-quan tham-tàn giả-dối ấy. Nhưng « chánh-phủ » trung-ương — hư-vị hư-danh kia muốn thực-hành chánh-sách ái-quốc hoài-chủng — thì lấy quân-quyền đâu mà trừ-khử được cái sức-mạnh của lũ *chủ-tướng* tự-do ấy ? Tướng-tá không có, cơ-đội không có, khí-giới không có, một tý gì cũng không, mà nhất là đồng tiền chi-phí cũng không !...

Như vậy thì có nên nhờ một vài cường-quốc Âu-mỹ giúp-đỡ mà dựng-lấy binh-quyền thế-lực cho chánh-phủ trung-ương.... và cho vay tiền mà chi-phí không? Như vậy sẽ trừng-trị đánh-đuổi được lũ *chủ-tướng* kia, bãi-khử những quân-đội của nó đi. lập-lại chật-tự cùng việc liên-lạc Bắc-kinh với các tỉnh ở xa, v. v.... *Nhưng mà thế thì nước Tầu sẽ bán mất quyền tự-chủ đi mà khôi-phục lại cái tình-thế bên-trong.* Vì người ngoại-quốc đã sang đấy và bỏ tiền-của núi-non ra giúp-đỡ thì không khi nào lại chịu về.

Còn nếu không có người ngoại-quốc can-thiệp vào thì ta chỉ đồ-trước rằng có hai cách giải-quyết vấn-đề như sau này, mà cũng là bất-chắc cả đến nỗi người ta phải tưởng là những phép biến-lạ phi-thường :

Phép biến-lạ thứ-nhất: Hoặc có ông-thần thiêng nào muốn phù-hộ nước Tầu làm cho một kẻ trong lũ *chủ-tướng* kia cảm-động, bỗng-chốc đổi lòng tham-dục hóa ra quảng-đại từ-bi, thành-tâm yêu nước. Kẻ ấy không đem quân-đội đi cướp-bóc lấy của-cải chất-đầy xe cộ nữa, mà lại dùng những quân-đội ấy khiến cho cả lũ « đồng-đảng » hiểu-biết lẽ-phải, và đem khôi-phục

Comment, dans ces conditions, le « gouvernement » fantoche et fantôme de Pékin, dont les membres dérisoires s'agitent en pantins autour de leurs coffres-forts vides depuis longtemps, *imposera-t-il* sa volonté, jusqu'aux plus lointaines provinces, à ces généraux-bandits ? L'appel au patriotisme est, avec ces gens, une amère dérision. On ne réduit la force armée mise au service de la cupidité et de la mauvaise foi que par la force armée seule. Où ce « gouvernement » central — en lui attribuant gratuitement existence, plan politique patriotique et volonté — prendra-t-il les armées qu'il emploierait à réduire celles des *touchuns* indépendants ? Il n'a ni cadres, ni instructeurs, ni armement, ni équipement, ni matériel d'aucune sorte, ni argent, surtout, pour payer tout cela !...

Lui faudra-t-il donc accepter le secours d'une ou de plusieurs puissances étrangères, d'Europe ou du Pacifique qui mettraient sur pied cette armée du pouvoir central... et avanceraient les fonds ? Les *touchuns* seraient battus, leurs armées licenciées, l'ordre rétabli, la liaison nécessaire assurée, entre Pékin et les provinces les plus éloignées, etc.... *Mais la Chine aurait payé de son indépendance le rétablissement de sa situation intérieure*. L'étranger, installé chez elle et nanti d'une créance formidable, n'en sortirait plus.

Sans l'intervention de l'étranger, on n'entrevoit que deux solutions, toutes deux à tel point improbables qu'on pourrait les considérer comme quasi-miraculeuses :

1er miracle : Un des *touchuns* en question, touché par la grâce de quelque esprit ou génie puissant, protecteur du pays, devient subitement désintéressé, généreux, sincèrement amoureux de sa patrie. Au lieu d'employer son armée à voler pour remplir ses fourgons, il l'emploie à mettre ses « collègues » à la raison et à rétablir l'autorité du gouvernement. Solution excellente autant qu'improbable, mais

lại cái quyền-thế cho chánh-phủ. Sự giải-quyết đó thì thật là tuyệt-diệu, nhưng vừa không chắc có được và lại gác-bỏ cả việc chỉnh-đốn cai-trị, mở-mang kinh-tế sau này cho cả nước to-lớn mênh-mông ấy.

Phép biến-lạ thứ hai: Dân Tầu từ xưa đến giờ vẫn quen chịu khuất-thân, cho rằng mình không am-tường và không có quyền-thế về chánh-trị, nay vụt-chốc dân ấy tỉnh-dậy sồng-tới lũ *chủ-tướng* kia với cả quân-lính của nó, lột-bỏ binh-khí đi, hay là đem thắt-cổ cả lũ, rồi tự mình chỉnh-đốn lại việc chánh-trị, đào-tạo lấy bọn quan-lại thanh-liêm mà thi-hành việc chánh-trị. Ngày nay dân Tầu đang cắm-cúi về việc buôn-bán: ngày-mai vụt-chốc họ biết nhiệt-thành về việc chánh-trị, ra sức can-đảm vô-song tự-mình quả-quyết lo-toan lấy việc chánh-trị đang lúc khó-khăn bối-rối này. Ngày nay dân Tầu đang tối-tăm không hiểu một li-gì về việc tổ-chức chánh-trị và kinh-tế của một nước: ngày-mai vụt-chốc dân ấy biết sáng-ý giải-quyết những vấn-đề khó-khăn, và tìm lấy ngay được hàng vạn con người làm quan-lại và bác-học chuyên-môn là sự tối khẩn-thuyết cho việc kinh-doanh. Ngày nay dân Tầu đang quen thói hủ-bại lưu từ mấy thế-kỷ, cho rằng những sự tham-quan ô-lại vơ-vét tàn-hại hết cả tiền của nước của dân đó là những quyền chánh-đáng và tự-nhiên: ngày mai vụt-chốc dân ấy hóa ngay ra lương-thiện thanh-liêm, quên-bỏ tư-lợi, tận tâm lo việc quốc-gia một-cách khôn-khéo.

Tôi cũng muốn biểu đồng-tình với ông Dương-văn-Lợi, ông Phan-văn-Trường coi những sự đó là tốt, nhưng tôi không thể giấu được rằng sự mong sẩy ra thế sẽ không có.

Làm người có thể tin những điều ước-mong của mình, nhưng không nên cho những sự ước-mong của mình là sự-thực, và hành-động theo thế. Nếu các ông không muốn lăn xuống giếng xâu như người mải ngắm thiên-văn trong chuyện ngụ-ngôn kia, thì xin các ông chớ có nghếch mắt nhìn mặt-giăng mà bước quàng bước siên.

qui laisse entière la question de l'organisation administrative et économique ultérieure de cet immense pays.

2e miracle : Le peuple chinois, qui jusqu'a ce jour n'a su que courber l'échine, conscient de son incompétence et de son impuissance politiques, s'éveille soudain, se rue sur les *touchuns* et leurs soldats, les désarme ou les pend, et se donne à lui-même une organisation politique et des fonctionnaires intègres pour mettre celle-ci en application. Aujourd'hui, il est tout à son commerce : demain, il porte soudain un tel intérêt à la politique qu'il décide de prendre en mains avec une énergie sans pareille, la direction des affaires publiques, bien peu attrayantes cependant en l'état actuel. Aujourd'hui, il ignore tout de l'organisation administrative et économique d'une nation : demain, il est soudain initié à ces problèmes complexes et trouve dans son sein les dizaines de milliers de fonctionnaires et de techniciens indispensables. Aujourd'hui, il est habitué depuis des siècles à considérer comme naturels et légitimes l'enrichissement du mandarain par la concussion et le pillage éhonté des caisses publiques et privées : demain, il devient soudain d'une intégrité scrupuleuse, d'une honnêteté parfaite, d'un désintéressement absolu, et se consacre à la chose politique avec compétence et abnégation.

Je voudrais bien partager l'optimisme de MM. Duong-van-Loi et Phan-van-Truong, mais je ne puis pourtant leur dissimuler que la probabilité d'un tel événement me semble bien proche de zéro.

Il est humain de croire en ce qu'on désire, mais il est peu avisé de prendre ses désirs pour des réalités et d'agir en conséquence. Ne marchez pas en vous absorbant dans la contemplation de la lune, si vous ne voulez vous exposer à la mésaventure qui survint à l'astronome de la fable, et, comme lui, choir lamentablement au fond du puits.

BIBLIOTHÈQUE NATIONALE R.F. IMPRIMÉS

Cố-nhiên là nhiều người Annam không muốn coi thấu sự đau-đớn của nước Tầu và họ cho rằng nay nước Tầu có cái năng-lực vụt-chốc hưng-khởi tiến-hóa, bởi vì họ cũng tự tưởng có cái năng-lực ấy, và họ an-ủy cái hiện-tình mà lòng thì tán-dương ngầm cái ý-tưởng rằng dân-tộc mình rồi cũng vụt-chốc tỉnh-dậy, đánh-đuổi người ngoại-quốc đi, tổ-chức cai-trị lấy, ra tay cố-gắng một chút là sẽ trở nên một nước lớn tự-do phú-cường....

Nhưng nay ta hãy bỏ cái mộng-tưởng đó và đem so với sự-thực mà xem.

Đây tôi muốn chứng-minh một việc đau-đớn, xin các ông hãy tin ở lòng tôi như bụng các ông : Ông Dương-văn-Lợi ơi, đồng-bang các ông chưa sẵn có tư-cách tự-do về chánh-trị và kinh-tế.

Trong mấy bài tiếp-theo đây rồi tôi sẽ chỉ-tỏ điều ấy minh-bạch, và nói rõ để các ông hiểu rằng mấy nết-xấu lộ chân-tính của các ông là nguyên-do bởi những sự khốn-khổ mà sinh ra, và lại làm cớ thật tốt cho những kẻ muốn giữ các ông làm tôi-tớ để bòn-rút các ông mãi-mãi.

Tôi sẽ chứng-thực rằng hình-như là có khi các ông lại định làm ngã-lòng những bạn-tốt và thêm khí-giới cho những kẻ thù-nghịch.

Thật tôi lấy làm một sự đau-đớn mà gắng-sức làm việc bạc-bẽo này để nói cho các ông biết những điều ấy,

không phải là cốt để được các bạn-hữu Annam châu lại mà công-kích tôi như mấy người Pháp đã xử tàn-tệ với tôi đâu,

không phải là định nhắc-lại — mà kể cho nặng thêm — những điều, mà khốn-nạn, nhiều người khác có lẽ đã nói

Il est naturel que certains Annamites ne veuillent pas voir la profondeur du mal dont la Chine est atteinte et qu'ils lui prêtent gratuitement une faculté de réveil soudain et de rénovation, parce qu'ils s'attribuent du coup des facultés du même genre et se consolent de la situation présente en caressant plus ou moins secrètement cette pensée d'une surrection soudaine de leur propre peuple chassant l'étranger, s'organisant et s'administrant lui-même, s'élevant ainsi d'un seul effort au rang de grande nation indépendante riche et puissante...

Laissons le rêve, si attrayant soit-il, et ayons le courage de dévisager en face la réalité.

Je voudrais ici constater un fait douloureux, croyez-le bien, à mon cœur autant qu'au vôtre : Vos compatriotes, Monsieur Duong-van-Loi, ne sont prêts à l'émancipation ni politiquement, ni économiquement.

Je m'appliquerai dans la suite de ces articles à vous le démontrer clairement et à vous faire comprendre, hélas, que certains de vos défauts caractéristiques sont à l'origine de vos malheurs, et font la partie vraiment trop belle à ceux qui voudraient vous maintenir en état d'assujettissement pour vous exploiter indéfiniment.

Je vous montrerai que vous semblez parfois vous appliquer à décourager vos meilleurs amis et à donner des armes à vos ennemis.

C'est avec peine, c'est au prix d'un violent effort sur moi-même que je m'acquitterai de ce labeur ingrat:

non pour l'amère satisfaction de me faire lapider par mes amis annamites après l'avoir été par certains Français;

non pour répéter — en l'aggravant parfois — ce que d'autres hélas ! vous auront peut-être dit avec colère et

các ông một cách tức-giận khinh-bỉ để kiếm cớ bảo rằng các ông không có thể nào tiến-hóa được,

nhưng thật ra thì cốt để chỉ-rõ cho các ông hay rằng nguyên-cớ sự yếu-hèn của các ông bây-giờ là bởi từ đâu, và các ông phải cố-gắng làm sao mà chữa-khỏi được cái tật ấy, để các ông tiến-hóa văn-minh trở-nên dân-tộc phú-cường, tự-do, như chủ-ý nước Pháp vẫn nói rằng muốn tác-thành cho các ông,

để nói-rõ cho các ông biết rằng nếu các ông hiệp sức như thế với chúng tôi — với chân-tượng nước Pháp — trong sự cố-gắng làm cho tiến-hóa... mà ta dám nói cho đúng là: làm cho hồi-phục-lại -- nếu các ông với chúng tôi đồng-tâm thì chắc rằng chúng ta sẽ đạt tới mục-đích. Còn một mình các ông hay là một mình nước Pháp thì không có thể được,

để nhờ sự cố-gắng tiến-bộ về đàng luân-lý và xã-hội ấy, các ông sẽ lấy cách ăn-ở đúng-đắn khiến cho những người Pháp thực-dân phải kiên-nể các ông, vì những người ấy ở cách-xa Mẫu-quốc, thường quá lo việc riêng của mình mà không nghĩ đến cái tôn-chỉ chánh-sách thực-dân quảng-đại, và họ cũng vô-tâm chẳng có lòng độc-ác nào, mà tưởng thật rằng mọi sự hiện-thời đều là hoàn-mỹ cả và các ông không đáng kêu-nài gì nữa.

Sau nữa là để cho các ông hiểu rõ hơn những điều gì các ông cần mong-đợi nước Pháp trong việc tiến-hóa, những điều gì nước Pháp có thể làm cho các ông ở trong việc ấy, và làm cách nào cho những sự cố-gắng và tiến-tới ấy làm chứng phù-trợ cho các ông, và lại khiến cho chúng tôi còn có thể cất-tiếng lên mà nói được khi chúng tôi định yêu-cầu hết-sức cho nước chúng tôi thi-hành những điều đã hứa, thực-hành những việc cải-lương khẩn-thiết.

*
* *

mépris pour en tirer argument en faveur de ce qu'ils appellent votre incurable infériorité ;

mais bien pour vous montrer, au contraire, quelles sont les causes de votre faiblesse présente, et par quel effort continu sur vous-mêmes vous y pourrez remédier pour vous élever, pour devenir le peuple grand, fort et libre que la France a affirmé vouloir faire de vous ;

pour vous montrer que si vous collaborez ainsi avec nous — avec la vraie France — dans cet effort d'élévation... allons, tant pis, disons le mot : de relèvement — nous y parviendrons certainement, vous et nous réunis. Vous seuls ou la France seule n'y parviendrez pas ;

pour que, par cet effort voulu de progrès moral et social, vous vous imposiez, par la dignité de votre attitude, à ceux des Français coloniaux qui, trop loin de la mère-patrie, sont trop absorbés par le souci de leurs affaires pour songer à l'idéal élevé d'un politique altruiste, et croient, sans méchanceté aucune et le plus souvent avec la meilleure foi du monde, que l'état de choses actuel est excellent et que vous ne méritez rien d'autre que ce que vous avez présentement ;

enfin pour que vous compreniez mieux ce que vous avez à attendre de la France pour ce travail d'élévation, tout ce qu'elle peut faire pour vous dans ce sens et par quels moyens, pour que vos efforts personnels et vos progrès militent en votre faveur et nous permettent d'élever encore la voix lorsque nous réclamons fortement à notre pays l'exécution de ses promesses, la réalisation de réformes qui s'imposent plus que jamais.

*
* *

Một lý-thuyết vọng-tưởng nguy-hiểm nhất mà nhiều bạn Annam ta thích đọc đến luân là câu sau này :

« Nước Pháp xưa đã phải nhiều lần cách-mệnh cho dân được đầy-đủ quyền-lợi thì nước Pháp mới được như ngày nay. Vậy Annam mình chắc cũng phải thế mới tới được mục-đích ».

Xo-xánh không phải là lẽ-thật, đó là một câu phương-ngôn tây. Và kẻ nào muốn viện-lý ở sự xo-xánh đó thì không hiểu rằng câu ấy không-đúng, vì hai vấn-đề khác nhau xa.

Khi nước Pháp phải bước vào con đường cheo leo cách-mệnh là cốt để giao-lại cho dân cái quyền chánh-trị từ xưa đến bấy-giờ riêng có một đảng quý-phái giữ gần hết cả. Nhưng phải xét-kỹ về điều quan-hệ này : *việc cách-mệnh tốc-hành đó là ở trong vòng một thứ văn-minh.* Những phong-tục, luân-lý, tổ-chức kinh-tế trong nước không cần thay-đổi gì cả về cái đại-thể :

Bấy giờ chỉ cần mở-rộng hơn trước cho một số dân đông người được am-tường việc chánh-trị và kinh-tế và cho dự vào quyền-chánh trong nước, nhưng dân trí bấy giờ đã tập-luyện sẵn từ lâu về việc cấp-bộ tiến-hóa ấy, và xem Quốc-hội đã làm được những công-nghiệp lưu-chuyền vận-thế. Dầu chúng tôi bây-giờ cũng phải cố-gắng hết-sức để nghiên-cứu những vấn-đề vĩ-đại và làm cho thích-hợp cái tình-thế chánh-trị còn mới-lạ ấy thật, nhưng không phải hoán-cải lại cả cái nền luân-lý cũ, cái lý-tưởng về vũ-trụ, và sửa-lại cả những cách-thức tư-tưởng.

Un des sophismes les plus dangereux que se plaisent à répéter certains de mes amis annamites est le suivant :

« Il a fallu à la France plusieurs révolutions pour faire d'elle ce qu'elle est aujourd'hui en donnant au peuple la plénitude de ses droits. Eh bien, nous aussi, Annamites, nous aurons sans doute à en passer par là pour arriver au même résultat ».

Comparaison n'est pas raison, dit un proverbe français. Et ceux qui veulent tirer argument d'une comparaison de ce genre ne se rendent pas compte de ce qu'elle n'est pas valable, les deux problèmes étant profondément différents.

Lorsque la France est entrée dans la voie périlleuse des révolutions, il s'agissait pour elle de faire passer entre les mains du peuple l'exercice d'un pouvoir presque exclusivement réservé jusque là à une classe de privilégiés. Mais il ne faut pas perdre de vue ce point important : *cette évolution accélérée se faisait dans le cadre d'une même civilisation*. Les mœurs, la tradition morale, l'organisation économique du pays restaient immuables dans leur essence, dans leur conception générale :

Il s'agissait d'étendre à un nombre de citoyens beaucoup plus grand que par le passé la compétence des questions politiques et économiques et la participation à la gestion des affaires publiques, mais les esprits étaient préparés, par une lente élaboration, à ce brusque progrès, ainsi que la Convention sut le prouver au monde par son œuvre immortelle. Notre peuple devait fournir, il est vrai, un effort considérable pour l'étude de ces vastes questions et pour l'adaptation à une situation politique toute nouvelle, mais il n'avait pas à faire une subversion totale de l'édifice moral ancien, de toute une conception universelle, à procéder à une révision générale des formes mêmes de la pensée.

Còn như ở các xứ này thì khác thế xa lắm, và vì thế mà nhiều người Annam không hiểu thấu : Chúng tôi đã xét-thấy hiện ở đây có hai cái văn-minh gặp-nhau đường-đột — và lại chọi-nhau kịch-liệt nữa — vì hai cái văn-minh đó cốt-tủy khác nhau, có nhiều điều không giống nhau, tuy rằng cũng có thể hòa-hợp nhau được như lời chúng tôi đã nói nhiều lần.

Nay những người Đông-Pháp muốn xin — như dân Pháp ở năm 1789 — được dự vào quyền-chánh nước mình. Tôi đã hết sức bênh-vực cái công-lý ấy, nay chẳng cần phải kể-rõ rằng điều ấy là sở-ý của tôi. Nhưng xin các đồng-bào Á-châu phải xết điều này : Muốn dự-vào quyền-chánh đó *trước nhất* cần phải mở-trí cho dân hiểu biết cái văn-minh mới, phải sửa-sang phong-tục, uốn-nắn tư-tưởng và tập cách suy-xét việc sinh-tồn của quốc-gia xã-hội.

Đó là tất cả việc khó-khăn quan-hệ để luyện-tập theo cách văn-minh mới mà các bạn ta thỉnh-cầu, và tôi xin nhắc-lại rằng việc ấy không phải là dễ như dở bàn-tay, không có thể nhờ việc cách-mệnh mà tiến-tới được. Vậy cần phải hoài-thai lâu mới thành. Ta phải cẩn-thận bồ-dưỡng cho sự hoài-thai đó, để cho đứa hài-nhi mình đang mong-mỏi sau được mạnh-khỏe tốt-tươi hưởng-thọ sung-xướng. Vậy chớ làm việc nóng-nẩy dại-dột vội muốn cho nó tróng đẻ, mà rồi ta sẽ phải đau-đớn tróng thấy nó tiểu-sản chết oan.

Đây tôi không có thể kể giải về những điều cốt-tủy khác nhau trong hai cái văn-minh ấy ; những điều đó tôi đã giảng ở nơi khác và lại chỉ-rõ rằng ta có thể dung-hợp hai cái văn-minh ấy một cách rất là đẹp-đẽ (1).

---

(1) D. T. « Thế nào là một nền văn-minh ? » của ông Paul MONET — Sách hai thứ tiếng của H. V. N. T. N. ở Hànội.

Il en va tout autrement dans ces pays et c'est ce que trop d'Annamites ne comprennent pas suffisamment : Nous assistons ici, à la mise en présence brusque — au heurt même — de deux civilisations essentiellement différentes, opposées sur beaucoup de points, bien que certainement conciliables, ainsi que nous l'avons maintes fois expliqué.

Les Indochinois demandent — comme le peuple français de 1789 — l'accession au pouvoir dans leur propre pays. J'ai assez combattu pour une telle cause pour ne pas avoir besoin d'affirmer ici qu'elle est mienne. Mais encoré fautil què, dans leur intérêt même, nos amis asiatiques comprennent ceci : Cette accession au pouvoir inplique pour eux *a priori* l'initiation à toute une civilisation nouvelle, une transformation profonde de certaines habitudes ataviques et de leur façon même de penser, de comprendre le problème essentiel de la vie sociale et nationale.

C'est tout ce travail profond qui est indispensable à leur adaptation à la vie nouvelle qu'ils demandent, et ce travail, je le repète, ne se fait pas en un tournemain, ne s'accomplit pas surtout à coups de révolutions. Une longue gestation est nécessaire. Aidons-la de nos soins appliqués pour assurer à l'enfant ardemment attendu force et sagesse, longue vie et prospérité. N'essayons pas, par des manœuvres insensées, de hâter sa naissance, car nous n'aurions plus qu'a pleurer le mort-né d'un avortement.

Je ne puis m'étendre ici sur les différences profondes, essentielles, de nos deux civilisations ; je l'ai fait ailleurs, en m'appliquant à montrer la magnifique synthèse que nous en pourrions réaliser (1).

---

(1) Cf. « *Qu'est-ce qu'une civilisation ?* par Paul MONET — Série d'éditions bilingues du F. E. A. à Hanoi.

Xong nay cần phải nhắc-lại cho bạn Annam ta biết rằng: Annam là thừa-tự một nền văn-minh xưa kia đã tiến-tới cực-điểm, nhiều điều có lẽ lại tinh-thúy hơn văn-minh của chúng tôi, nhưng văn-minh ấy chỉ trọng về đàng tinh-thần chiết-lý, mỹ-nghệ, cảm-giác thâm-chầm, còn văn-minh phương-tây chỉ chuyên về đàng vật-chất, cách-trí, kỹ-nghệ, máy-móc cốt để mở-mang kinh-tế làm-nên giàu-có riêng cho từng người (thật khốn nạn!) và cho từng nước. (Xét như thế không phải là không biết cái giá-trị luân-lý hay của văn-minh ấy đã khiến cho người ta biết hợp-quần đoàn - thể mà làm thêm được sự sung-xướng ở-đời vì biết mở-mang cách-trí vệ-sinh, dùng các mãnh-lực của tạo-hóa, tìm các cách chống-cự với những bệnh-tật tai-ương tàn-phá nhân-loại, v. v....)

Vậy trước khi cầu-xin — và có khi đòi-lấy — quyền tự-trị thì trước hết cần phải biết luyện-tập theo cái văn-minh mới ấy, sửa-sang tâm-tính, cách-thức ăn-ở cùng lối tư-tưỡng, để nhiên-hậu có thể giữ trọn-vẹn xứng-đáng được những chức-sự từ lớn chí nhỏ đã đưa vào tay các ông, và bất cứ các ông ở địa-vị nào trong xã-hội: làm-quan, làm-ruộng, đi-buôn, làm-thợ, cũng thế. Cho cả đến người phú-gia cũng cần phải có giáo-dục, như ta sẽ kể ở dưới, cho hiểu rằng mình sống không phải ăn-bíu của đời, làm bận xã-hội, và biết làm ích cho đời bằng đồng tiền-của *mà mình chỉ là kẻ thu-giữ mà thôi.*

Hễ cái giáo-dục đó còn chưa mở-mang mà các ông vội đòi tự-trị thì các ông sẽ xa vào những sự nguy-hiểm và nô-lệ cách khác. Ấy cốt là giúp các ông mở-mang sự giáo-dục đó, để thỉnh-cầu nước Pháp hết sức làm việc ấy mà chúng tôi cố-sức nhỏ-mọn và viết mấy dòng này tuy không đẹp lòng hết mọi người, nhưng chủ-ý thật là tữ-

Il faut bien cependant répéter aux Annamites qu'ils sont les héritiers d'une civilisation qui a pu atteindre de très hauts sommets et qui, à certains points de vue, fut peut-être supérieure à la nôtre, mais qui fut essentiellement philosophique et artistique, contemplative et méditative, tandis que la civilisation occidentale est essentiellement matérielle, mécanique, scientifique, en vue d'une organisation économique tendant principalement au développement des richesses personnelles (hélas !) et nationales. (Affirmation ne tendant nullement à contester la valeur morale de cette civilisation qui apprend aux hommes à grouper solidairement leurs efforts pour une légitime augmentation du bien-être général, par la diffusion de l'hygiène, la domestication des forces aveugles de la nature, l'organisation de la lutte contre les fléaux qui déciment l'humanité, etc...)

Avant de demander — d'exiger parfois — l'exercice d'un pouvoir autonome, il est indispensable de faire tout d'abord l'apprentissage de cette civilisation toute nouvelle, de modifier profondément votre mentalité, vos façons de vivre et de penser, afin de pouvoir tenir avec compétence et dignité les emplois sociaux qui vous seront dévolus du plus grand au plus petit et quelle que soit la cellule que vous aurez à occuper dans l'ensemble social : administration, commerce, industrie, agriculture même. Il n'est pas jusqu'au rentier qui n'ait à faire son éducation, comme nous le verrons plus loin, pour ne pas vivre en parasite encombrant et savoir employer, pour le plus grand bien du nouvel édifice social, la fortune *dont il est dépositaire seulement.*

Tant que cette éducation n'est pas faite, vous courrez, par une émancipation prématurée, à des catastrophes et à des servitudes nouvelles. Et c'est pour vous aider à la faire, pour demander instamment à la France d'y contribuer de tout son pouvoir, que nous faisons ces humbles efforts et écrivons ces lignes qui ne plairont pas à tous,

tế, mà có lẽ không được mấy người thấu cho như nhiều điều khác vậy.

Chúng ta đã nói về chuyện « du-lịch bên Tầu » !... Vậy hỡi, các quý-hữu, nay ta hãy sang bên ấy một lát, và thử đi qua nước vui-vẻ ấy mà xem.... Sự đó chẳng phải là dễ đâu, tôi xin nói để các ông biết trước. Các ông hãy thử đi độ từ Hán-khẩu đến Bắc-kinh, hay là từ Bắc-kinh sang Nam-kinh, rồi các ông sẽ kể cho tôi nghe tin-tức.

Các ông sẽ nhận-thấy như mọi người quan-xát thành-thực rằng những đường xe-lửa không chạy nữa — hay là còn chạy có ít lắm — từ khi các chú các ông muốn giữ mà quản-trị lấy việc mà từ trước đến ấy vẫn có các hội ngoại-quốc đốc-xuất tử-tế. Các đồ *gọi là* xe-chạy thì bây giờ không có chữa-sửa chi hết, và để cho bẩn-thỉu gớm-ghê... Các đồ để thay-đổi hình-như không biết dùng, và những toa-máy đã hư-hỏng yếu-liệt mà vẫn cứ kéo mãi cho tới khi không chạy được nữa mới thôi ; nhưng gỗ đệm ngang đã mục, những đường sắt đã nát, mà chẳng thay-đổi chi hết.... Lại còn nỗi, những hành-khách thường hay đút tiền uống-nước cho kẻ « khám-vé » (?) hảo-tâm lắm để khỏi lấy vé. (Nhưng điều đó là chuyện khác rồi ta sẽ nói lại). Những số xe chạy cùng là vốn-lãi vụt-chốc sụt xuống số không. Vậy tưởng đó không phải là một sự tiến-bộ.

Các ông muốn đi đường bộ xem không? Các ông hãy họp lấy một đoàn, dùng cách tập thể-tháo trong mấy tuần-lễ mà qua những nơi bùn-lầy ghê-gớm... và nhất là các ông chớ quên làm tờ di-chúc trước khi đi, vì e các Ông Lính kẻ-cướp bắt thuế « từng người » có thể chợt đến cắt đứt mất đường thám-hiểm của các ông....

Không cần đi xa lắm, các ông hãy lên xe-lửa đi từ Hànội đến Vân-Nam xem (đường này còn chạy như-thường, vì vẫn là của người Pháp), và hãy coi xem cái thành-phố

dans une intention bienveillante qui sera peut-être, comme tant d'autres, méconnue.

Nous avons parlé de « Voyage en Chine »!... Eh bien, chers amis, reprenons un instant la route de ce joyeux pays et essayons de le parcourir.... Ce ne sera pas toujours facile, je vous en avertis. Essayez de vous rendre, par exemple de Hankéou à Pékin, ou de Pékin à Nankin, et vous m'en donnerez des nouvelles.

Vous constaterez, comme tout observateur de bonne foi, que les chemins de fer ne marchent plus — ou si peu ! — depuis que vos oncles chinois ont voulu prendre en mains leur direction, assumée jusque là par des compagnies étrangères. Le matériel *dit* roulant n'est plus entretenu et est rapidement tombé dans un état de malpropreté inimaginable... L'emploi des pièces de rechanges semble inconnu, et les locomotives poussives marchent jusqu'à ce qu'elles n'en puissent plus ; les traverses pourries, les rails usés, ne sont plus changés... D'autre part, les voyageurs remplacent trop souvent par un pourboire au « contrôleur » (?) complaisant le billet qu'ils négligent de prendre. (Mais ceci est une autre histoire sur laquelle nous reviendrons). Recette, vitesse des trains et trafic tombent rapidement à zéro. Ce n'est pas précisément un succès.

Voulez-vous essayer de la route ? Organisez une caravane ; entraînez-vous par la culture physique à des semaines du sport le plus dur dans les fondrières et la boue... et surtout ne négligez pas de faire votre testament, car MM. les Soldats-pirates-perçepteurs d'impôts « individuels » pourraient bien s'aviser d'interrompre un peu brusquement votre carrière d'explorateur...

Sans aller si loin, prenez, de Hanoi, le train jusqu'à Yunnanfou (celui-là marche encore, il est toujours français), et parcourez cette cité grouillante d'activité. En

đông-đúc lao-động kia. Ngoài những đường lớn, các ông hãy thử-xem những phố-xá xây-lát sạch-sẽ lạ-lùng và cách khôn-khéo treo-mắc những giây-điện. Cách để những đồ giữ-điện, ngăn-sét, và những cách phòng cho các đường điện khỏi hút lẫn nhau, đó là những điều con-cháu nhà Hán coi làm khinh-dể lắm... Những giây-điện của họ thì bạ đâu buộc đấy, vào những cái danh cắm bậy cắm bạ, điện « xuống đất » hết, và kết-quả được... cái ánh-sáng tù-mù thật là tốt cho những người sợ sáng quá chói mắt.

Vậy hỡi các quý-hữu, những sự đó không phải là sự tình-cờ, không phải là tại lúc nước Tầu bối-rối, hay là tại có vị hung thần nào tinh-nghịch hay quấy-nhiễu cái nước khốn-nạn ấy.... Nếu các ông muốn nhận quả như thế thì trước hết các ông hãy thử xem một cái xưởng-làm của những « mọi-rợ tây » rồi các ông lại coi ngay một xưởng-làm của người các ông xem sao.

Ở sở *tây* thì cửa-nhà sáng-sủa sạch-sẽ, chỗ nào làm-việc cũng có phép-tắc thứ-tự, chủ, cai, kỹ-sư mỗi người mỗi việc đâu đấy, ai nấy lo-giữ trách-nhiệm cẩn-thận, tự-ý suy-nghĩ làm việc chẳng phải dục-bảo điều gì, và biết làm cho thuyền-thợ kính-nể vâng-lời.

Còn ở sở Annam thì các ông bạn-quý ta sẽ trông thấy cửa-nhà đồ-trệ dơ-rếch. Những nơi hư-hỏng đổ-nát đáng lẽ phải chữa ngay mà vẫn bỏ-mặc vì không ai có trách-nhiệm nên chẳng ai làm. Ở dưới đất thì bẩn-thỉu quá, chẳng biết để chân vào đâu. Ánh-sáng khó rọi qua được những cửa-kính mạng-rện chằng-chịt bụi-bẩn nhem-nhếch. Những tiền-lương của các người quản-xuất trông-nom thì lờ-mờ chẳng định hạn là bao nhiêu. Chẳng ai trách-nhiệm, chẳng ai cai-quản, cứ để tự-nhiên « được sao hay vậy »... như cách quản-xuất đường xe-lửa bên Tầu.

dehors des voies centrales, admirez le pavage des rues, par exemple, leur exquise propreté, et la façon géniale dont a été faite l'installation électrique. La pose des isolateurs ou des parafoudres, les précautions élémentaires contre l'induction aux croisements de lignes, sont choses méprisables aux yeux des fils de Han... On accroche les fils électriques au petit bonheur à de vagues clous plantés un peu partout, le courant file « au sol » et l'effet de... clair-obscur ainsi obtenu est vraiment merveilleux pour les yeux qu'une lumière trop vive risquerait de fatiguer.

Tout ceci, mes chers amis, n'est pas dû au hasard, ni même à l'état de désarroi où se trouve la Chine, ou à l'intervention maléfique de quelque mauvais génie qui se plaîrait à tourmenter ce malheureux pays... Si vous voulez vous en convaincre, visitez d'abord un atelier des « barbares d'Occident » et aussitôt après, l'un des vôtres.

Vous verrez, chez le *tây*, des locaux clairs, propres et bien entretenus, le sol est net, une discipline de travail règne partout, contremaîtres, surveillants, ingénieurs sont à leur poste, connaissent leurs responsabilités respectives, les assument, prennent les initiatives nécessaires, se font obéir et respecter.

Chez l'Annamite, mes excellents amis, vous verrez trop souvent des locaux sales, mal entretenus. Des réparations importantes qui devraient être faites d'urgence ne le sont jamais parce que personne ne se sent responsable de leur exécution et n'en prend l'initiative. Le sol est malpropre, on ne sait littéralement où poser les pieds. Le jour passe difficilement à travers des vitres décorées de toiles d'araignées sur fond de poussière et de crasse. Les attributions du personnel de surveillance et de direction sont peu ou pas définies, nul n'est responsable, nul ne commande, tout marche « comme cela peut »..... à l'instar des chemins de fer chinois.

Tôi hiểu rằng may cũng có mấy người Annam biết lập nhà buôn-bán kỹ-nghệ chỉnh-tề theo « cách tây ». Sự trông-thấy làm cho vui-lòng hởi-dạ đó chứng-minh rằng các ông có tư-cách học-hành được và cần phải mở-mang việc học-tập để thành-đạt tiến-hóa cho các ông như mấy người đồng-bang các ông đã có sáng-ý mở-mang.

Các ông hãy thử đi xe ô-tô hàng ở Bắc-kỳ xem (tôi chưa đi thử những xe ở trong Nam-kỳ này, nhưng xem có phần tấn-tới hơn ngoài Bắc nhiều), và các ông sẽ trông-thấy cái cách khốn-nạn của họ cầm-dắt những xe ấy, và (nếu có thể nói được!) là cách gìn-giữ, chữa-chạy. Xe thế nào cứ để mặc cho chạy mãi tới lúc nó đồ nát ra trước mắt anh cầm-máy làm-bộ tài-giỏi dị-thường, và khiến cho bác chủ-xe lấy làm ngạc-nhiên, và sau lại không hiểu tại sao mà vỡ nợ... vì quên không nghĩ rằng một phần lãi to đã chạy thẳng vào túi các thầy phát-vé (lại là chuyện rồi ta sẽ kể về sau).

Xem như vậy nếu nay để cho quản-xuất theo cách đó hết cả những đường sắt, đường-bộ với những « bộ-máy xe lửa » cùng là những giây-điện giây-nói, v. v..., thì ta có thể đoán trước ngay rằng cái kết-quả ấy sẽ ra làm sao. Không phải là dăm-ba người kỹ-sư của các ông có thể làm phép-lạ mà biến đổi tức-thời ngay được tâm-tính của dân, làm cho dân có những nết thứ-tự chắc-chắn, lo-lắng phòng-bị, quy-củ khuôn-phép, sáng-ý suy-nghĩ, tư-cách nghiêm-trang, đó là những nết phần-nhiều đồng-bang các ông còn hiếm có. Vậy không phải là một lúc cách-mệnh có thể đưa lại cho các ông được bấy-nhiêu điều hay ; ấy là phải nhờ một sự học-tập lâu *mà nước Pháp muốn* khoan-hòa dạy-bảo, và người Nam phải ra sức chăm-chỉ cho được tiến-tới.

Je sais qu'il y a, fort heureusement, des Annamites qui ont su fonder des maisons de commerce, des industries, admirablement organisées et équipées « à l'européenne ». Cette constatation consolante nous prouve, en même temps que votre incontestable capacité, la nécessité non moins incontestable d'un apprentissage à faire pour réaliser ces progrès qui ont pu être obtenus par un nombre infime de vos compatriotes.

Voyagez dans les automobiles publiques du Tonkin (je n'ai pas encore essayé celles de Cochinchine qui me paraissent beaucoup mieux tenues) et vous constaterez la façon lamentable dont elles sont conduites, et (si l'on peut dire !) entretenues. Elles roulent par la force de l'habitude jusqu'à ce qu'elles tombent en complète décomposition sous les yeux du mécanicien-acrobate, et à la grande surprise de l'exploitant qui s'étonne d'aboutir à la faillite... oubliant, d'ailleurs, que la majeure partie de ses recettes se dirigeait tout droit vers la poche de ses receveurs (toujours l'autre histoire qui sera contée plus loin).

Il n'est pas difficile de prédire ce que deviendraient au bout de peu de temps, avec une organisation de ce genre, les voies ferrées et les routes, leurs « ouvrages d'art », les postes et lignes télégraphiques, le téléphone, etc... Ce n'est pas la demi-douzaine d'ingénieurs indigènes que vous possédez actuellement qui pourrait, d'un coup de baguette magique, transformer la mentalité des habitants de ce pays, leur donner l'esprit d'ordre, de précision, de prévoyance, de méthode, d'organisation, l'initiative, l'ascendant sur leurs propres compatriotes, qui vous font encore trop généralement défaut. Ce n'est pas une révolution qui vous dotera de tout cela : c'est le long apprentissage sous une direction *que la France veut* bienveillante et éclairée, et qui implique chez l'apprenti, la volonté tendue de s'instruire pour s'élever.

Khi người Pháp đi qua những nơi phù-chú, như là trung-châu Bắc-kỳ, thấy ngoài đồng cấy lúa hai mùa kín-đặc, một miếng không hở, ấy thế mà trong lòng-sóm dân thì nghèo-khổ khốn-nạn, vậy người ta lấy làm ngạc-nhiên lắm. Nhưng nếu người ta biết những thói tệ-hại trong hương-thôn thì người ta sẽ hiểu là tại làm sao — không có sổ chi-thu tính-toán, không có sách biên-bản hội-đồng — khiến cho *dân* phải chịu cho bọn kỳ-mục tham-lam hà-lạm ăn-uống tàn-hại của tư. Cả đến cách cai-quản trong nhà Annam phần nhiều cũng cẩu-thả như thế, không có phòng-bị gì cả, được ngày nào hay ngày ấy, chẳng có sổ-sách chi-thu, chẳng có người trông-nom cai-quản, hễ hòm còn được su nào thì mỗi người cứ việc đổ ra mà tiêu cho đến hết tận rồi đâm đi vay lãi nặng mà dùng; những đàn-bà con-gái nhà có thì coi những việc kim-chỉ may-vá, mà bên chúng tôi vẫn trọng, làm sự sấu-hổ: người chồng làm kỳ-mục, làm quan, thường mặc cái áo lụa thủng tay mà không lấy làm ngượng, còn vợ thì mất cả ngày ở trong đám bài nó khoet cho thủng to cái hòm tiền nhỏ-mọn.

Phải viết giải về cái tật-xấu cả nước, về cái bệnh cờ-bạc ấy để khảo-cứu lấy điều quản-hệ căn-nguyên nó với cái tâm-tính của dân các ông, và để quan-sát cho biết những điều kết-quả tai-hại, nó đã sinh ra trong xã-hội. Đó còn là một điều rồi ta sẽ nói ở dưới.

Chánh-phủ bảo-hộ đã ra sức mở-mang việc cải-lương hương-chánh; chúng tôi đã khảo-cứu kỹ-càng lắm, và lấy làm vui-mừng mà khen-ngợi cái kết-quả hay. Nhưng từ ấy việc cải-lương đó hóa ra làm sao? Khốn-nạn lắm!... Rồi ta phải nói tới sự đó trong một đoạn đau-đớn ở dưới về sự dan-lậu tham-ô.

Nguyên-cớ bấy nhiêu sự thất-bại không phải là chỉ tại những hủ-tục ở cái văn-minh cũ. Những nết-xấu vì tính

Lorsque le Français parcourt de riches régions, telles que celles du delta tonkinois, il est frappé du contraste extraordinaire entre la richesse manifeste de ce pays où pas une parcelle de terrain n'est perdue pour des récoltes bisannuelles et la pauvreté, la misère des intérieurs indigènes. On comprend mieux lorsqu'on connaît les vices de l'organisation communale — pas de comptabilité, pas de registres de délibérations — livrant le *dân* à la cupidité des notables qui dilapident en festins et détournements la richesse des particuliers. C'est la même vie au jour-le-jour que dans la plupart des familles annamites, où l'imprévoyance règne en maîtresse sans budget familial, sans surveillance ménagère, chacun puisant à la caisse commune tant qu'elle contient quelques sous pour aller emprunter ensuite à des taux écrasants; les femmes aisées se croiraient déshonorées en se livrant aux travaux de couture habituels chez nous : le mari, notable ou mandarin, ne se sent pas ridicule en sortant avec une robe de soie aux coudes percés, tandis que l'épouse perd stupidement sa journée en d'interminables parties de cartes qui creusent davantage le trou du modeste budget.

Il y aurait long à écrire sur ce vice national, sur cette maladie hystériforme du jeu, pour étudier les rapports de ses origines avec la mentalité profonde de votre peuple et observer ses effets sociaux extraordinairement dissolvants. C'est encore une question sur laquelle nous aurons à revenir.

Le protectorat du Tonkin a fait de très louables efforts pour réformer l'administration communale; nous avons étudié d'assez près cette question et avions été heureux de proclamer l'excellence des résultats obtenus. Qu'est-elle devenue depuis ? Hélas !... nous devrons en reparler au bien douloureux paragraphe concernant la vénalité et les concussions.

La cause de tant d'insuccès n'est pas seulement, d'ailleurs, dans les habitudes ataviques provenant d'une

chất người nước mình cũng có ảnh-hưởng vào đấy nhiều lắm, mà phải nhận-biết để liệu bài thuốc-thang. Tôi thấy chứng-cớ hiển-nhiên là người Tầu buôn-bán rất là phát-đạt, họ vơ-vét chiếm-đoạt hết cả quyền-lợi của các ông mà các ông không có cách lấy lại được dù rằng nhiều lần đã cổ-động kịch-liệt, như lời Ông Dương-văn-Lợi mới nói hôm qua ở đây, dù rằng đã kêu-ca bài-bác, định-ý đề-chế mà cũng chẳng ăn-thua, v. v...

Thế là tại làm sao? Là bởi người Tầu có thứ-tự quy-củ mà thường các ông không có. Thật thế, rất là khó mà khiến cho đồng-bang các ông hiểu-rõ thế nào là một cách biên-chép tính-toán minh-bạch trong một việc buôn-bán, việc sáng-lập hoặc ở một hội hay là một sở. Bao giờ cũng chỉ thấy có cách cẩu-thả « gặp sao hay vậy, được ngày nào hay ngày ấy » ở trong nhà hay ra ngoài đều thế cả.

Thường một người Annam buôn-bán, có người đến thửa-đặt một bọn đồ to, thì họ không làm nổi được một cái giấy-khai giá-tiền, không biết tính rằng phải hết bao nhiêu ngày-giờ mới xong, hết bao nhiêu vật-liệu, và phải tính tăng lên bao nhiêu nữa để làm phí-tổn và tiền-lãi cho phải. Họ định giá phỏng-chừng mà nhiều khi nhầm to, thành ra trong hai người mua kẻ bán bao giờ cũng có một bên chịu-thiệt một bên ăn-dan. Họ hẹn ngày không đúng thật, hóa ra mất lòng khách. Họ nhận đồ làm mà không xem trước rằng có đủ vốn không — vì họ không tính-toán — rồi mới hỏi vay tiền trước năm lần ba lượt, làm cho người thửa đồ phải tức-mình, và sau hốt-hoải chạy đến nhà chủ-nợ nó bóp lãi nặng è-cổ, không ngờ cầm-cố trước hết cả lời, mà không đủ, rồi mới tìm cách đánh-bạc « ké-lại » lấy tiền giả lãi, thành ra vô-phúc lại thua, thế là một ngày hóa ra vỡ-nợ.

ancienne civilisation. Des défauts du caractère national y contribuent aussi pour une large part, qu'il faut connaître pour y remédier. J'en vois la preuve dans ce fait que les Chinois réussissent admirablement comme commerçants, vous envahissent et vous dépouillent peu à peu sans que vous vous montriez capables de les supplanter, malgré les cris de détresse comme celui que M. Duong-van-Loi faisait entendre hier ici-même, malgré les plaintes et les récriminations, malgré les tentatives de boycottage, etc...

Pourquoi ? Parce que le Chinois a des habitudes d'ordre qui vous manquent généralement. Il est extrêmement difficile de faire comprendre à vos compatriotes ce qu'est une comptabilité stricte, qu'il s'agisse d'un commerce, d'une fondation, œuvre, ou administration quelconque. C'est toujours le système « au jour-le-jour », « au petit-bonheur » que nous avons observé au sein de la famille ou de la cité.

Le plus souvent, le petit commerçant annamite à qui l'on commande un travail important est incapable d'établir un devis, de prévoir le nombre de journées de main-d'œuvre et la quantité de matière première qui seront nécessaires à l'exécution, de majorer le tout d'une part pour les frais généraux et d'une autre pour un bénéfice raisonnable. Il fixe un prix, au jugé, en se trompant lourdement parfois, de sorte qu'il y a presque toujours un voleur et un volé qui sont alternativement l'acheteur et le commerçant. Il fixe au hasard la date de livraison et mécontente le client en lui manquant de parole. Il entreprend l'exécution de la commande sans avoir devant lui les fonds nécessaires — qu'il n'avait pas calculés — lasse encore le client par des demandes d'avances réitérées, court, affolé, chez l'usurier qui l'écrase impitoyablement, engage d'avance à l'aveuglette tous ses bénéfices, et au-delà, pour le payement des intérêts, cherche à se « rattraper » par le jeu, finit de s'y perdre, et se trouve en faillitte un beau matin.

Lại cũng nên hiểu rằng nếu các ông muốn mở-mang buôn-bán xuất-cảng thì phải bỏ cái thói tính giá đắt gấp hai cho người buôn to, vì lấy cớ rằng người ta mua nhiều thì tất là người ta cần-dùng lắm, và nhân-gịp mà kiếm-lợi.... làm sằng. Bởi lẽ thế mà ở bên Pháp (dù rằng giá bạc cao) nhưng vẫn có nhiều cửa hàng buôn đồ Tầu đồ Nhật, còn đồ Annam nhiều thứ rất hay mà không thấy có. Và phải hiểu nếu muốn ăn-lãi nhiều quá mà làm đồ man-trá, hay là định giá cao quá như một vài người tây bán các thứ tải ở đây về, như vậy thì sẽ giết hại mất những kỹ-nghệ mới. Vậy phải tranh-khách bằng cách bán hạ giá hơn một chút mà tính vẫn còn có lời. Tôi đã xem xét kỹ-những điều ấy ở Hội-chợ Hànội.

Những sự kể đó, xưa kia nước các ông còn ở biệt-lịch trong nền văn-minh cũ, thì có thể cứ để mặc thế được. Chớ như nay thì không hợp với cách sinh-đoạt hiện-thời. Như thế là cách trẻ-con và còn là trẻ-con thì không đủ sức *cạnh-tranh với đời* bây giờ.

Vậy trẻ-con thì hãy nên luyện-tập cho thành người lớn, rồi có ngày sẽ có thể — và phải — gập hội phong-vân. Trong khi chờ-đợi đó: các ông nên tự xem-xét lấy mình và chăm-chỉ học-hành: cái chức-vụ của các ông ngày-nay là ở nơi đó.

* * *

Thật tôi lấy làm đau-lòng mà nói tới đoạn cuối bài khảo-cứu này: những điều mà *tôi phải* kể đây sẽ làm phiền lòng những bạn tôi, nhưng chính tôi lại lấy làm

Il faudrait comprendre aussi que si vous voulez organiser et développer votre commerce d'exportation, vous devez renoncer à compter deux fois plus cher un produit qu'on vous commande en gros, sous prétexte que si l'acquéreur en demande beaucoup, c'est qu'il en a bien besoin et qu'il faut alors en profiter... et en abuser. C'est pour cette raison que nous avons, en France, des magasins d'objets d'Extrême-Orient où la Chine et le Japon sont largement représentés (malgré le change élevé de ce dernier pays) et où les industries tonkinoises si intéressantes ne figurent pas. Et comprendre encore qu'on tue une industrie naissante en voulant exagérer le gain par la falsification des produits ou par la fixation de prix ridicules que vous voudriez égaler à ceux demandés par les très rares industriels occidentaux fournissant aujourd'hui ces produits indigènes, alors qu'il faudrait les concurrencer hardiment par des prix beaucoup plus bas qui laisseraient encore une marge de bénéfice des plus raisonnables. J'ai pu faire, à la foire de Hanoï, des constatations bien concluantes à ce sujet.

Tout cela pouvait durer tant bien que mal lorsque votre pays vivait isolé du monde dans la civilisation d'autrefois. Ce n'est plus compatible avec la vie économique moderne. C'est enfantin, et les enfants ne sont pas faits pour le dur *struggle for life* d'aujourd'hui.

Qu'ils apprennent d'abord à devenir des hommes, et ils pourront — ils devront — risquer la grande aventure. En attendant : observez-vous, connaissez-vous et instruisez-vous : toute la tâche de l'heure présente est là.

*
* *

C'est avec un douloureux serrement de cœur que j'aborde la dernière partie de cette étude : ce que *je dois* dire ici peinera profondément mes amis et je ressens plus

phiền hơn. Vấn-đề này thật là tinh-nhiệm và khó mà nói cho khỏi động đến tâm-hồn của nước và giữ được cho những người mình muốn chữa-sửa khỏi mất-lòng.

Tôi nói đây cũng giống như cách tôi thường nói với các bạn Annam trong nhiều khi hội-họp (diễn-thuyết đàm-đạo, nói-chuyện) ở Hội Việt-Nam Thanh-Niên Hànội, hay là khi tôi được vinh-dự nói-chuyện với các học-sinh Annam tại Paris. Tôi phải chú-ý rằng trong những gịp ấy đồng-bang các ông đều tỏ-ý thành-thực khiêm-tốn, vui-lòng công-nhận những điều tôi nói là phải, và cảm ơn tôi đã nói cho như thế : Các bạn đồng-thanh nói rằng : « Phải, thưa Quan-đốc, chính-thế ; xin ông cứ kể những « sự thật của chúng tôi », chúng tôi cần biết lắm ; xin ông dạy chơ chúng tôi hay, ấy là một việc ông sẽ làm ơn cho chúng tôi đó ! Những điều ông bảo chúng tôi thật là phải, xem thế thì ông hiểu chúng tôi lắm, xin ông giúp chúng tôi chữa-sửa lại để chúng tôi có tư-cách mà làm cho nước được vẻ-vang sung-xướng ».

Những lời đó mà tôi đã được nghe nhiều lần — thật làm vinh-dự cho người đã nói, và thường tôi vẫn nhắc lại luôn để khen-ngợi các ông khi nói chuyện với những đồng-bang tôi ở bên Pháp. Vậy các quý-hữu độc-giả báo l'*Echo-Annamite*, tôi phải có thể chắc rằng các ông cũng vui-lòng hiểu tôi như các bạn thiếu-niên đã nghe tôi nói ở Hội Việt-Nam Thanh-Niên : chớ nên vị-kỷ sai-nhầm ; hãy cố giữ lấy tĩnh-tâm, ra sức can-đảm cầm lấy cái gương của người ta biếu mình mà soi-xét cho thật công-minh cái hình-ảnh trong ấy để suy-nghĩ cho kỹ và ra sức mà làm việc.

Phải, tôi cũng hiểu ý các ông phản-đối rằng : « ở Hội Việt-Nam Thanh-Niên, Hànội thì ông chỉ nói chuyện

qu'eux cette peine. Le sujet à traiter est infiniment délicat; il est de ceux où l'on ne peut que bien difficilement ne pas atteindre les fibres les plus secrètes de l'âme nationale et éloigner, par une douleur trop vive, ceux qu'on aurait voulu soigner et panser.

Le langage que je tiens ici est exactement celui que je n'ai cessé de tenir à mes amis annamites dans nos nombreuses réunions (conférences, entretiens familiers, conversations privées) du Foyer de Hanoï, ou bien aux étudiants annamites de Paris lorsque j'eus le privilège de m'entretenir avec eux. Je dois dire que, en toutes ces occasions, vos compatriotes firent preuve du meilleur esprit de sincérité, de modestie et de bonne volonté, en reconnaissant de façon unanime la vérité de mes dires et en me remerçiant du service que je leur rendais ainsi : « Oui, c'est cela, Monsieur le Directeur, approuvaient-ils tous ; dites-nous « nos vérités », nous en avons bien besoin ; instruisez-nous, c'est le plus grand service que vous puissiez nous rendre ! Ce que vous nous dites est vrai ; on voit que vous nous connaissez bien, aidez-nous à nous corriger pour nous rendre meilleurs, pour que nous puissions faire notre pays plus beau et plus heureux ».

De telles paroles que j'ai entendues maintes et maintes fois étaient tout à l'honneur de ceux qui les prononçaient, et j'ai souvent évoqué ces souvenirs pour faire votre éloge en France devant mes compatriotes. Chers lecteurs de l'*Echo Annamite*, je dois pouvoir compter sur votre compréhension amicale comme sur celle de mes auditeurs du F. E. A.: pas de faux amour-propre ; sachons surmonter la tentation de colère et prenons courageusement le miroir qui nous est offert pour y contempler sans parti pris de dénégation l'image qu'il nous présentera, pour méditer ensuite et nous mettre au travail.

Oui, j'entends votre objection : « Au Foyer de Hanoi, vous étiez dans la stricte intimité annamite. Ici, il n'en va

riêng với mấy người Annam. Còn ở đây thì khác: có nhiều người Pháp nghe thấy... vậy ông sẽ cho họ lấy cớ mà cự chúng tôi ».

Vậy các quý-hữu, tôi không thể nào giữ cho các người Pháp khỏi nghe thấy những lời tôi nói với các ông được. Ấy cũng như là mấy người các ông đã nghe thấy những điều tôi đã phải bảo đồng-bang tôi ở trong quyển *Người Pháp Người Nam*. Nhưng đó không có điều gì bất-tiện lắm : Những người Pháp ở-đây đã biết rõ — thường rõ lắm — những nết-xấu của các ông. Những kẻ nào hay nói vu-thêm và lấy các nết-xấu ấy làm khí-giới hại các ông thì xem đây chỉ lợi có một điều là biểu rằng người ta có thể « yêu-annam » mà không mù, người ta có thể thương đồng-loại dù đồng-loại còn khuyết-điểm và xét như vậy thì có thể kết-luận một cách chái-lại, vì ta không nói rằng phải khinh-bỉ và bắt làm nô-lệ, nhưng ta bảo rằng phải yêu-mến và tác-thành cho người ta.

Vậy phải có can-đảm tới đó... và khảo-cứu ngay cái vấn-đề quan-trọng về lòng ái-quốc. Tôi sẽ nói trước cái ý kết-luận của tôi cho những người không muốn chái-ý khỏi mất-công đọc nếu người ta không muốn xem bài này. Trước tôi đã chỉ-rõ rằng về đàng tri-thức các ông chưa đủ tư-cách quản-trị lấy việc kính-tế kim-thời. Nay tôi phải chỉ-tỏ rằng về đàng luân-lý các ông cũng chưa đủ tư-cách bảo-tồn quốc-gia.

Sự sinh-hoạt của một dân-tộc cũng như sự sinh-hoạt của một loài động-vật phải có một sức-mạnh nó đẩy luân mà cái sức-mạnh ấy ở ngay trong những nguồn-gốc sự-sống. Cái lòng muốn sống của một dân-tộc nó suy-động ở trong là lòng ái-quốc, là lòng lo vì-nước nó ở ngay trong bụng mỗi người dân. Những nguyên-chất ấy đúc ra một tấm lòng vì-nước mà việc trong lịch-sử chỉ là sự rãi-tỏ tấm-lòng ấy mà thôi.

plus de même : des oreilles françaises vous entendent.... vous allez fournir des arguments contre nous ».

Mes chers amis, je ne puis empêcher que des Français entendent ce que j'ai à vous dire. De même que certains d'entre vous ont entendu ce que, dans *Français et Annamites* j'ai dû dire à mes propres compatriotes. Mais il n'y a pas, à cela, un grand inconvénient : Les Français coloniaux connaissent déjà parfaitement — trop parfaitement, souvent — vos défauts et vos vices. Ceux qui se plaisent à les grossir et s'en font des armes contre vous verront tout simplement ici qu'on peut être « annamitophile » sans être aveugle, qu'on peut aimer des humains bien qu'ils soient imparfaits, et que, des mêmes constatations, on peut tirer des déductions tout-à-fait opposées, puisqu'au lieu de conclure mépris et assujettissement, nous concluons sympathie fraternelle et éducation.

Il faut bien pourtant en venir là... et étudier aujourd'hui la brûlante question du patriotisme. A ceux qui ne voudraient pas être choqués par cette lecture, j'indiquerai dès le début ma conclusion pour leur épargner la peine de me lire s'ils ne peuvent l'accepter. J'ai essayé, par ce qui précède, de vous montrer que, intellectuellement, vous n'êtes pas prêts à la vie économique moderne. Je dois aujourd'hui vous montrer que, moralement, vous n'êtes pas prêts à la vie nationale.

Le développement d'un peuple se fait comme celui de tout être vivant sous la poussée continue de cette force profonde qui est aux sources mêmes de la vie. Cette volonté latente chez un peuple de vivre, croître et triompher, c'est le patriotisme, c'est l'esprit national qui existe de façon plus ou moins consciente au fond des entrailles même de chaque citoyen : ces éléments s'intègrent en une volonté nationale dont le fait historique n'est que l'affirmation.

Cái tinh-chất nguyên-gốc của lòng lo-vì-nước đó là nó khiến cho mỗi người hiểu rằng cái lợi chung cho cả nước phải đứng trên hết các tư-lợi của từng người hay là của từng đảng: khi gia-đình, cá-nhân có sự sung-đột với việc quốc-gia thì phải hi-sinh ngay lợi tư mà bảo-thủ lấy công-lợi là quan-trọng hơn. Và lòng hi-sinh đó cử-động tự-nhiên như là nó có một cái sức-mạnh không sao cản được, những khi có sự sung-đột quan-hệ phải hi-sinh tính-mạng, quyền-lợi, danh-giá, dù hi-sinh lớn hay nhỏ, công hay tư, thì người đã sinh-trưởng trong lòng ái-quốc của tiên-tổ chuyền lại, là sẵn có bụng hinh-sinh ngay.

Vậy nếu tấm lòng đó không có, nếu sức-mạnh đó không có, thì sự hành-động ấy không sao có được hay là chỉ có một cách đối-dả mà thôi. Sức dun-dủi bên trong và lòng muốn sống ấy phải có trước — rồi sau mới có sự sinh-hoạt và tiến-hóa của quốc-gia. Nếu bỏ nguyên-lý đi thì sẽ không có hiệu-quả; không có nguyên-lực thì không có động-lực.

Hỡi các bạn Annam, nay trình-độ của các ông đến đâu? Các ông hãy tự xem-xét lấy mình một cách nhiệt-thành nghiêm-khắc.... và các ông hãy hiểu lấy.

Hẳn rằng trong những điều mà chúng tôi nói đây thì chúng tôi chỉ bàn về đại-loạt. Chúng tôi lấy làm tiếc rằng phải để lấp trong bóng-tối mấy người bạn Annam, cả đời đã từng hi-sinh tư-lợi cho việc công-ích, làm gương ái-quốc thật là sáng-tỏ. Nhưng chớ tưởng rằng nay chúng tôi không nói đến, là chúng tôi không biết người ta, và không tỏ-lòng kính-trọng, vì người ta là những người lẻ-loi hiếm-có thế thì lại càng đáng kính trọng hơn lắm.

Muốn phát-minh cái lòng ái-quốc ấy thì ta hãy chịu khó quan-sát những sự hành-động của từng người, xem những việc riêng của mỗi người trong đời mình có thể vì quốc-

La caractéristique essentielle de cet esprit national, c'est qu'il donne à chacun la conviction profonde que cet intérêt général doit primer tous ceux qui concernent les sous-groupements ou les éléments: la famille, l'individu, doivent lui être sacrifiés sans hésitation s'il y a conflit entre leurs intérêts et l'intérêt national supérieur. Et ce sacrifice se fait de lui-même comme par un réflexe, lorsque le conflit dramatique se produit, sacrifice de la vie, ou seulement d'un intérêt ou d'une vanité, sacrifice grand ou petit, public ou privé, il est consenti aussitôt par celui qui a été élevé dans l'amour du pays que lui avaient transmis ses ancêtres.

Si cet esprit n'est pas, si cette force interne de développement national n'est pas, ce développement est impossible, ou bien ne saura être obtenu que de façon factice et éphémère. Poussée interne et volonté de vie, d'abord — croissance et grandeur nationales ensuite. Supprimez la cause, il n'y aura plus d'effet; sans force motrice, pas de mouvement.

Où en êtes-vous, Annamites, à ce point de vue? Penchez-vous sur vous-mêmes, et avidement, cruellement regardez... et comprenez.

Il est bien entendu que, dans tout ce qui va suivre, nous devrons raisonner sur des généralités. C'est à notre grand regret, qu'il nous faudra laisser dans l'ombre l'infime minorité de ces amis annamites qui ont su donner, au cours de leur vie, par le sacrifice délibérément consenti de leurs intérêts particuliers à la cause générale, l'exemple du plus pur patriotisme. Nous ne voulons cependant pas, par ce silence, laisser croire que nous ignorons ceux-là ou que nous leur refusons le juste hommage dont ils sont d'autant plus dignes qu'ils sont des isolés.

Pour découvrir cet esprit patriotique, tâchons d'en observer les manifestations individuelles, de connaître les cas particuliers où chacun de vous peut, au cours de

gia hi-sinh những điều tư-lợi, tư-ái, tham-lam... Vậy ta xét thấy thế nào ?

Trước hết chúng tôi thấy một dân-tộc rời-rạc phân-rẽ bởi tính kiêu-ngạo trẻ-con khinh-bỉ lẫn nhau vì chức-sự vì đẳng-cấp. Tôi sẽ kể một cái gương mà tôi đã chứng-nghiệm.

Nếu trước tôi nghe Annam thì có lẽ khi sáng-lập Hội Việt-Nam Thanh-Niên ở Hànội, tôi đã phải làm những nhà hội-đồng riêng cho từng bọn, như bọn làm-việc các sở, bọn làm giáo-học, bọn đi-buôn, bọn học cao-đẳng, bọn học trung-đẳng, mỗi bọn sẽ phải có một nhà riêng mới được, vì bọn nọ khinh những bọn kia, họ cho rằng phải « lẫn-lộn » với bọn khác là một sự mất danh-giá. Và mỗi một nhà ấy cũng phải ngăn ra từng « lỗ-nhỏ » để phân-biệt những người trong một bọn họ ghét-bỏ lẫn-nhau ; phải ngăn-cách học-trò mỗi tràng ra từng bọn ; kẻ học Luật không thích người học Thuốc, kẻ học Thuốc ghét người học Thương-mại, kẻ học Thương-mại khinh người học Canh-nông, kẻ học Canh-nông lại bỉ người học Thú-y, v. v...

Những thiếu-niên ta đáng-lẽ phải tự giao-tiếp với nhau như cách người ở trong một hội, phải chơi-bời chuyện-chò thân-thiết với nhau mà sinh ra mối tình liên-lạc sẽ là một sự quý-hóa về sau, nhưng họ không hiểu rằng thân-thiết với những đồng-bang làm nghề-nghiệp khác thì có ích-lợi : họ không biết rằng giao-tiếp với nhau như vậy thì được rộng thêm nhỡn giới, hiểu thêm việc đời, vì biết nhiều cảnh khác nhau, và sẽ có thế-lực mạnh-mẽ hơn để làm việc mở-mang cho nước cường-thịnh.

Mấy trăm đồ-chơi hội-quần mà chúng tôi để sẵn thì cứ bỏ kín trong tủ vì chẳng ai động-đến, và trong năm đầu

son existence personnelle, sacrifier à la grandeur du pays son propre intérêt, l'ambition, la vanité, la cupidité... Que voyons-nous alors ?

Nous voyons d'abord un peuple profondément divisé contre lui-même par une vanité puérile de personnes et de classes qui se manifeste en toute occasion. J'en citerai seulement un exemple d'expérience personnelle.

Si j'avais dû écouter les Annamites, il m'aurait fallu, lorsque j'ai fondé le F. E. A. de Hanoi, créer des salles de réunions spéciales pour les employés de l'Administration, les instituteurs, les commerçants, les étudiants de l'université et les collégiens, parce que chacune de ces classes méprisait les autres et se considérait presque comme déshonorée par la « promiscuité » de leur contact. Et chacune de ces salles aurait dû être soigneusement compartimentée en « sous-cellules » isolant à leur tour ceux qui, dans chacune de ces catégories, se méprisaient et se fuyaient ; il aurait fallu séparer les étudiants des différentes écoles ; le Droit n'aimait pas la Médecine, qui méprisait le Commerce, lequel n'avaient que dédain pour l'Agriculture, et éloignement pour les Vétérinaires, etc, etc..

Nos jeunes gens, au lieu de se présenter eux-mêmes entre eux, comme il doit se faire entre membres d'une même société, d'entrer en relation par des parties de jeux communes, d'engager la conversation et de nouer là des liens d'amitié précieux pour plus tard, ne comprenaient pas qu'ils avaient tout intérêt à se lier avec des compatriotes appartenant à un autre milieu, ayant des occupations différentes des leurs: ils ne savaient pas qu'ils élargiraient ainsi leurs horizons, comprendraient mieux la vie sociale en connaissant ses différents aspects, et seraient alors plus forts, mieux armés, pour travailler à la grandeur de leur pays.

Les quelques centaines de jeux de sociétés dont nous disposions restaient enfermées dans leurs armoires, et les

hội-viên đến chỉ lủi-thủi ngồi xuống bàn xem nhật-trình, hai tay che mặt mà bụng chỉ lo có một điều :

« Miễn là kẻ ngồi cạnh ta đừng hỏi đến ta, đừng nói gì có thể hại ta, đừng làm sự cáo-tố ngầm để cho chủ ta, bạn ta, ghét ta, miễn là họ đừng có chế-nhạo ta, đừng làm cho ta mất thể-diện, v. v... »

Vậy mãi tới năm sau tôi hết sức giảng-giải mới liên-lạc được bọn thiếu-niên rời-rạc và làm cho họ tỏ-lòng tin-cẩn thân-thiết với nhau những buổi đàm-đạo chiều chủ-nhật, trong một trăm người hội-họp có tới mười-lăm hai-mươi người dám lên tiếng bàn-luận nghĩa-lý tư-tưởng một cách thành-thực, không sợ kẻ chế-nhạo và không có ý khoe-khoang bộ-tịch. Tôi lấy làm một sự tiến-bộ lắm, như là trong ngày Hội Việt-Nam Thanh-Niên mở hội thường-niên, có nhiều người làm-việc, đi-buôn và học-sinh đã lại họp nhau diễn-kịch và bầy-đặt các « chò-chơi ». Sau cái dúm người đó đã trở nên một bọn người có tình tương-thân tương-ái, cùng nhau theo một mục-đích. Nhưng đã phải có một người Pháp hết-sức hành-động mới được kết quả như thế... (1)

Xưa kia không có hợp-quần mấy ở trong bọn thiếu-niên mà chỉ thấy có sự phân-rẽ nhau : Một bên là người Bắc-kỳ, một bên là người Nam-kỳ hay là Trung-kỳ đã họp

(1) Tôi rất là vui-lòng thấy trong Hội « Việt-Nam Công-Gia » định mở tại Saigon, có đề-xướng một cách tư-tưởng khác. Nhưng tôi phải nói thiệt rằng trong cái tư-tưởng cộng-hòa hay đó có nhiều sự ảnh-hưởng của người Pháp tại Nam-kỳ.

membres du Foyer n'y venaient, pendant la première année, que pour s'asseoir à la table de lecture, et s'isoler soigneusement devant un journal, cachant leur tête entre leurs mains, avec cette seule pensée :

« Pourvu que mon voisin ne m'adresse pas la parole, pourvu qu'il ne fasse pas à mon détriment quelque observation de nature à me nuire, quelque dénonciation anonyme pouvant me desservir auprès de mes chefs ou de mes camarades, pourvu qu'on ne se moque pas de moi et ne cherche pas à me faire perdre la face, etc.., etc... ».

Ce n'est qu'au prix d'une longue patience et après bien des explications que je parvins à établir un lien entre ces éléments isolés à faire régner la confiance et la cordialité qui s'affirmèrent heureusement, pendant la deuxième année, au cours de nos entretiens familiers, du dimanche soir où, enfin, quinze à vingt jeunes gens sur une centaine de présents osaient prendre la parole pour dire sincèrement leur pensée sans crainte des railleries, sans étalage pédant d'une sotte érudition. Je considère comme un de nos meilleurs résultats que, pour la grande fête annuelle du Foyer, par exemple, des fonctionnaires, des commerçants, des étudiants et des collégiens aient collaboré joyeusement et très amicalement aux répétitions et aux représentations théâtrales, et à l'organisation des « attractions » diverses. Enfin, la poussière d'hommes était devenue un groupement animé d'une sympathie mutuelle, tendant vers un but commun. Mais il avait fallu l'action volontaire et continue d'un Français pour obtenir ce résultat... (1)

L'union ne se faisait guère entre ces jeunes gens que pour mieux affirmer une division plus grave. Les Annamites du Tonkin d'une part, ceux de la Cochinchine

---

(1) J'ai constaté avec plaisir qu'un tout autre esprit préside à la conception de la « Maison des Annamites » projetée à Saigon. Mais je dois avouer que je vois, dans cet excellent esprit démocratique, un des heureux effets de l'influence française en Cochinchine.

thành bè-đảng phản-đối mà đánh-lộn nhau một cách dại-dột trẻ-con, vì những điều thù-hằn dại-dột nó phân-rẽ những thiếu-niên thì cũng phân-rẽ cả mấy xứ Đông-Pháp: ấy lại là nhờ có nước Pháp đã can-thiệp vào mà liên-lạc những thiếu-niên, để cho ngồi với nhau cùng bàn cùng ghế tại Hội Việt-Nam Thanh-Niên cũng như là ở tràng Cao-đẳng......

Bệnh ấy xem ra thực là hiểm-độc cho mắt người nào biết quan-sát kỹ, những tai-hại nó sinh ra không kể xiết được. Mỗi người chỉ biết lo riêng cho mình quên cả đồng-bang là bỏ cả quốc-gia. Thường những thiếu-niên ra làm việc Nhà-nước không có một chút lương-tâm; họ không có bụng tư-tưởng quý-hóa về nghĩa-vụ khiến cho mỗi người làm-việc không kể những giờ phụ-thêm mà tận-tâm vì nghĩa, dù không ai biết mặt lòng, cốt cho « việc sở được hoàn-toàn » nghĩa là cốt làm cho nước mình được phát-đạt. Cái chí-khí sâu-xa của họ chọn nghề ra làm việc-quan không phải là cốt để hết lòng làm việc mở-mang tiến-hóa cho nước mà họ cũng chẳng nghĩ gì đến nước, nhưng chỉ cốt để thỏa lòng khoe-khoang và tham-lợi. Và muốn « kéo lấy » một số ăn-lên, một số tăng-lương, hay là một cái phẩm, hàm thì dùng cách gì cũng được, đến cả việc cáo-tỏ ngầm, deo-vạ-oan cho đồng-sự đồng-bang họ cũng chẳng từ. Tôi đã quan-xát những việc đó, thật là kỹ-càng, tôi dám chắc những điều tôi viết đó là thật, dù rằng khi viết lòng tôi chảy-máu xót-xa.

Bởi lẽ thế mấy người Annam có đặc-ân được học tây đã khá (tôi không nói là có giáo-dục luân-lý) có đỗ các bằng cao-đẳng, mà trở-nên mấy kẻ nịnh-hót đê-tiện mấy người quyền-thế để cầu-cạnh lấy phẩm-tước *gọi-là* danh-giá. Họ không có ý gì làm việc khai-hóa cho nước, đem sự học-thức của mình mà dạy-bảo đồng-bang, họ lại giữ lấy làm quyền đặc-biệt, và đáng lẽ họ phải đem học-thức thế-lực ra giúp nước, nhưng họ lại dùng làm khí-giới hà-hiếp đồng-

ou ceux de l'Annam, d'autre part, se réunissaient en clans adverses pour se livrer de puérils combats, parce que les sottes rivalités qui divisaient ces jeunes hommes divisaient aussi ces régions indochinoises : c'est encore la France qui intervenait pour les rapprocher en les asseyant côte-à-côte sur les mêmes bancs, au Foyer comme à l'Université......

Le mal est profond pour qui sait y regarder de près, ses conséquences sont incalculables. Chacun songe exclusivement à lui-même et, oubliant ses compatriotes, il oublie sa patrie. Trop souvent, la conscience professionnelle est inconnue des jeunes gens qui entrent dans l'Administration; ils ne connaissent pas ce noble sentiment du devoir qui détermine chacun à travailler sans compter, se dévouant obscurément s'il le faut en des heures de travail supplémentaires que nul ne connaîtra jamais pour le seul « bien du service », c'est-à-dire, en somme, pour la grandeur du pays. Leur désir profond, en choisissant la carrière administrative, n'est pas de travailler de tout leur cœur à ce progrès national auquel ils ne songent pas, mais d'obtenir des satisfactions de vanité et d'intérêt. Et pour « décrocher » un avancement, une augmentation de traitement ou une distinction, tous les moyens seront bons, y compris la délation anonyme et calomnieuse envers leurs collègues et compatriotes. J'ai vu ces choses de trop près, je suis sûr de ce que j'écris, bien que mon cœur saigne en le faisant.

C'est pour cette raison que certains Annamites, qui ont eu le privilège de recevoir une instruction *(je ne dis pas une éducation)* française assez complète, qui ont obtenu des diplômes d'enseignement supérieur, deviennent trop souvent les plats valets de certains hommes au pouvoir afin d'en obtenir, pour eux-mêmes, le maximum de distinctions *dites* honorifiques. Bien loin de travailler au progrès de leur pays en s'appliquant à faire bénéficier un plus grand

bào. Bởi cách họ cử-chỉ thế khiến cho nhiều người Pháp bình-phẩm một cách ác-nghiệt, như vậy thật họ là cái tai-nạn lớn ngăn-trở công-nghiệp quảng-đại mà nước Pháp muốn mở-mang cho các ông.

Những người phẩm-hạnh thế không phải là số-ít; nhưng phần nhiều là thế cả. Còn trừ ra có mấy người khí-chất đặc-biệt, là bạn thân của chúng tôi, như mấy vị kỹ-sư X, bác-sĩ Y và Z, có phẩm-hạnh sứng-đáng, ý-tứ cẩn-thận, vừa tài-giỏi và lại tận-tâm về nghề-nghiệp, nên đã khiến cho cả những người Pháp làm việc ở dưới quyền mình mà vẫn kính-nể yêu-mến, chớ không lấy làm mất-lòng, vì họ thấy mấy người Annam ấy là *những người có nhân-cách*... Những người này dùng thời-giờ rảnh-nỗi và tiền-của ra làm việc liên-lạc, giáo-dục, khai-hóa cho đồng-bang... Nhưng hạng ấy chỉ có dăm ba người mà thôi...

Nếu có nhiều người như thế thì nước các ông đã trở-nên cường-thịnh từ lâu rồi; đã khai-hóa mau-tróng ở dưới quyền bảo-hộ nước Pháp, dù rằng có sự cản-trở ngầm — hoặc hữu-ý hay là vô-tình — của mấy người Pháp không muốn sự khai-hóa ấy mà tôi đã nói những cách cử-chỉ hành-động của họ ở nơi khác.

Nếu được thế thì những người Pháp ấy sẽ hiểu rằng trước mặt họ là những người có nhân-cách, chớ không phải là lũ con-nít hay là bọn đầy-tớ nịnh-hót. Và như vậy thì dẫu rằng khác chũng-tộc, dù rằng bề-ngoài là người Á-châu ra-gióng non-nớt hay khiến cho nhiều người Âu-tây coi như trẻ-con, nhưng nếu được thế thì những người Pháp ấy sẽ hiểu-biết và không dám khinh-thường.

nombre de leurs compatriotes des avantages qu'eux-mêmes ont reçus, ils s'efforcent, au contraire, à s'en réserver le privilège exclusif, et font, de leur instruction et de leur situation qu'ils devraient mettre au service de la grandeur nationale, un instrument d'oppression envers leurs congénères. Par l'action qu'ils exercent, par les commentaires fâcheux que font de leur attitude certains Français, ils sont un obstacle permanent à l'œuvre généreuse que la France voudrait accomplir parmi vous.

De tels hommes ne sont pas des exceptions ; ils sont la grande majorité. Les exceptions, ce sont les très beaux caractères, comme ceux de nos amis, l'ingénieur X ou les docteurs Y et Z qui, par leur dignité pleine de réserve, par leur tact, leur compétence et leur conscience professionnelles, s'imposent à l'admiration et à la sympathie des Français mêmes qui travaillent sous leurs ordres et ne songent pas à s'en froisser parceque, chez ces Annamites, ils ont découvert *des hommes*... Ceux-là emploient leurs loisirs et leur fortune à travailler au rapprochement, au développement intellectuel et moral de leurs compatriotes... Mais on peut les compter sur les doigts d'une seule main...

S'ils étaient plus nombreux, votre pays serait depuis longtemps un grand pays ; il se serait développé bien vite sous l'égide de la France, malgré la résistance sourde que peuvent opposer — consciemmement ou non — à son développement certains Français dont j'ai, ailleurs, dénoncé l'attitude et les agissements.

Ces Français comprendraient alors qu'ils ont devant eux, non des enfants ou des valets, mais des hommes. Et ceci malgré la différence de race, en dépit de l'apparence juvénile, puérile presque, des Asiatiques, qui incite beaucoup d'Occidentaux, à leur insu, à considérer ces hommes comme des mineurs et à les traiter comme tels.

Nhưng sao các ông lại muốn cho những người Pháp bênh-vực quân-quyền hơn là ông vua, phù-trợ nước Nam hơn là người Annam? « Những người bản-xứ trách ta rằng không khai-hóa quốc-gia cho họ, họ tưởng thế; nhưng chính họ không cố-gắng một chút nào về cái công-quả đó, *họ không muốn thế*, họ phân-rẽ nhau quá, và chỉ mong có điều làm sao cho thỏa-lòng kiêu-ngạo. Vậy sao ta lại yêu hơn họ một « quốc-gia » mạo-sưng mà chẳng có ở trong trí-não họ?... Họ trách ta rằng sang làm giàu ở xứ họ. Phải, chúng ta lấy lương-bổng cũng khá vì làm việc cho họ. Nhưng ta đã làm việc, ta đã sửa-sang cách cai-trị kinh-tế, và mở-mang tiến-hóa trong nước. Nếu ta không lấy bạc của họ thì ta sẽ dại: vì nếu ta không lấy thì họ cũng đẽo xương đẽo thịt nhau một cách tàn-nhẫn, mà chẳng có lợi gì cho đoàn-thể, chỉ làm giàu cho mấy kẻ tàn-ác là kỳ-mục hay là quan-lại mà thôi ».

*
* *

Thật là đau-đớn vì bổn-phận đối với chân-lý mà phải công-nhận rằng trong câu đó cũng có nhiều điều thực, mà ít ra là ở bề ngoài. Các ông hà-hiếp lẫn nhau một cách tàn-nhẫn lắm, và mỗi người đều lấy cái mẩy quyền-hành may rớt vào tay mình mà bóc-lột tàn-nhẫn bất-lương đồng-bang. Dân nhiễm-tập cái thói tệ ấy từ lâu, đã mất tính suy-nghĩ về những phẩm-hạnh và quyền-lợi của mình, mất cái năng-lực quý-hóa biết kháng-lại điều dở, nó sẽ khiến cho họ không có hung-hăng nhưng kiêu-cố hết sức mà trừ-khử những thói tàn-tệ ấy. Kẻ bị đè-nén thì sẽ hóa ngay ra kẻ hà-hiếp nếu họ có gịp, và khi nào may có một mẩy quyền dớt vào tay thì họ lại sẵn lòng bóc-lột ngay những đồng-bang như xưa họ bị kẻ khác bóc-lột vậy. Đó là cách vô-sỉ, bật-lương, không biết nghĩa quốc-gia đoàn-thể.

Mais pourquoi voudriez-vous que ces Français fussent plus royalistes que le roi, plus nationalistes annamites que les Annamites eux-mêmes ? « Les indigènes nous reprochent de ne pas travailler à leur développement national, pensent-ils ; mais eux-mêmes ne font aucun effort pour ce résultat, *ils ne le veulent pas*, ils sont profondément divisés entre eux et ne songent qu'à satisfaire leurs vanités. Pourquoi aimerions-nous plus qu'eux-mêmes une prétendue « nation » qui n'existe pas dans leur cœur ?... Ils nous reprochent de nous enrichir dans leur pays. Il est vrai que nous nous rétribuons assez convenablement du travail que nous faisons chez eux. Mais, au moins, nous y travaillons, nous apportons administration, organisation, outillage économique, ordre et progrès. Nous aurions bien tort de nous gêner pour prélever leurs piastres : si nous ne le faisons pas, ils se dépouilleront entre eux, impitoyablement, et il n'en résultera, sans aucun profit pour l'ensemble, que l'enrichissement de quelques tyranneaux de notables ou de mandarins ».

*
* *

Il est douloureux d'être obligé, par un devoir de vérité, de reconnaître que ce raisonnement a du vrai, en apparence tout au moins. Vous vous opprimez mutuellement avec une dureté impitoyable, et chacun emploie la parcelle d'autorité qui peut lui être dévolue à dépouiller froidement, cruellement parfois, son compatriote. Le peuple, habitué depuis trop longtemps à cet état de choses, a perdu, avec le sentiment de sa dignité et de ses droits, la noble faculté de réaction qui mettrait fin à de telles mœurs en s'y opposant sans éclat mais avec fermeté. L'opprimé est tout prêt à se transformer en oppresseur dès que l'occasion s'en présente et il trouve normal, voire même honorable, de dépouiller ses compatriotes à son tour, comme il le fut lui-même, lorsqu'une parcelle d'autorité vient à lui échoir. C'est la négation même de l'esprit

Ở cửa các tòa có những kẻ gác bàn-giấy bóc-lột một cách tàn-nhẫn những người *nhà-quê* muốn vào kêu-cầu *quan-lớn* những việc khốn-khổ; (phải có một ông toàn-quyền ..... ở đảng xã-hội mới cách-khứ được lũ đê-mạt ấy ở những cửa bàn-giấy của ông!...) Nhiều quan-lại làm đầu các *phủ*, *huyện*, *tổng*, *xã*, bóp-nặn đồng-bang một cách đê-tiện, tăng-thuế lấy lời, sén-bẻo, những tiền quyên, tiền vay hết một phần lớn để làm giàu. Có mấy kẻ làm-quan đã ăn-cắp tiền-quyên của Hội Việt-Nam Thanh-Niên tới 99% mà họ là những người có học-thức thông-minh, không phải là họ không hiểu sự quan-trọng của hội ấy để mở-mang trí-thức luân-lý cho quốc-gia, vì họ đã làm những lờ-đạt ngợi-khen hội ấy một cách hoa-hoét hùng-biện để khuyên dân quyên-tiền... cho họ bỏ túi. Ấy là họ đã biết việc hay mà họ còn ăn-trộm của nước.

Quan-lại với kỳ-mục có hàng trăm mưu nghìn kế tinh-ma tàn-hại *dân* mà làm giàu-có; thí-dụ những ngày họ có dỗ-tết, họ sai mời những người giàu-có nhất trong hạt đến cung-đường, những người khốn-nạn ấy hiểu rằng « phải làm thế nào » cho mình được yên-thân. Họ buôn quyền bán thế một cách đê-tiện ra mặt và dùng ngay hiện-tiền mà giao-tiếp với quan-trên. Đáng lẽ nhiều làng được sung-túc mà phải chịu nghèo-đói khốn-khổ, vì những người *nhà-quê* phải bọn kỳ-mục hà-hiếp thảm-hại để lấy tiền ăn-uống rượu-trè, chi-phí việc riêng.

Trong bốn năm nay tôi đã có gịp đưa các hội-viên Hội Việt-Nam Thanh-Niên đi thăm mấy làng ở Bắc-kỳ mà

patriotique, de la solidarité nationale, de la conscience professionnelle et de la dignité humaine.

A la porte des administrateurs sont apostés des plantons qui dépouillent cyniquement de quelques piastres les malheureux *nhaque* désireux de parler au *quan lon* pour présenter d'humbles suppliques ; (il a fallu un gouverneur général..... socialiste pour débarrasser de cette engeance les couloirs de son bureau !...). Beaucoup de mandarins placés à la tête des *phu*, des *huyen*, des cantons, pressurent indignement leurs compatriotes, majorent l'impôt à leur propre profit, s'enrichissent par les emprunts ou les souscriptions en distrayant la majeure partie des sommes perçues. Des détournements atteignant 99°/$_0$ des versements ont été faits, au détriment du F. E. A., par des mandarins instruits et intelligents qui n'ignoraient pas l'importance nationale de cette œuvre de développement intellectuel et moral puisqu'ils en faisaient pompeusement l'éloge dans les proclamations où ils invitaient éloquemment leurs administrés à souscrire... pour leur propre enrichissement. C'est en toute connaissance de cause qu'ils volaient ainsi leur pays.

Mandarins et notables connaissent mille procédés astucieux et en usent *très couramment* pour s'enrichir au détriment du *dân :* par exemple, ils convoquent impitoyablement au chef-lieu, les jours de fêtes de famille, les habitants les plus riches qui comprendront « ce qu'il faut faire » pour retrouver la tranquillité. Ils trafiquent cyniquement de l'influence que peuvent leur donner leurs fonctions, et n'interviennent auprès de l'autorité supérieure que contre argent comptant. Des villages qui devraient être prospères sont misérables, parce que les *nhaquê* sont écrasés par ces exactions continuelles de leurs notables qui dilapident en festins et en dépenses personnelles les sommes prélevées sur ces malheureux.

J'ai eu l'occasion, il y a quatre ans, de faire visiter, aux membres du F. E. A., quelques villages du Tonkin où

chánh-phủ bảo-hộ đã thi-hành việc cải-lương hương-chánh. Người ta tiếp-rước chúng tôi một cách trân-trọng, có đặt khải-hoàn-môn và đốt-pháo linh-đình vui-vẻ theo như tục-lệ thường, và chính là cuối bữa tiệc hội-họp nhau sau lúc đi thăm các nơi trong làng mà các hội-viên với dân làng đã thành-ý tung-hô « Đông-Pháp vạn-tuế, Đại-Pháp vạn-tuế ! »

Chỉ có mấy người Annam thành-tâm ái-quốc, bỏ tiền-của mình ra khai-hóa cho dân-làng được vẻ-vang sung-xướng và nhờ có quan-trên giúp-đỡ mà đã làm được cho những nơi nghèo-khó kia trở-nên thịnh-vượng sung-túc và lại có đủ cả những tràng-học, nhà hộ-sinh, ấu-trĩ-viên, sở công-nghệ bản-xứ, v. v... Trong nhiều bài giải ở Tạp-Chí Thanh-Niên chúng tôi đã kể những cuộc đi-thăm đó, và có lấy những kỳ-mục với các làng ấy làm gương cho các bạn độc-giả.

Nhưng khốn-nạn, khốn-nạn quá!... vài năm sau tôi xem trong một tờ nhật-trình Bắc-kỳ thấy có một vức thơ rầu-rĩ như sau này, của một dân làng gởi cho chủ báo, và làng đó chính là một làng đã cải-lương mà chúng tôi đi thăm khi trước :

« Tất cả dân chúng tôi ở làng P. T. (tổng P. T., huyện... v. v...) cúi xin ngài ra ơn lấy quý báo mà trình-đạt những điều oan-ức của chúng tôi lên tới quan-trên.

« Chúng tôi phải anh *chánh-hương-hội* là... và con-giai anh làm *lý-trưởng* là..., hà-hiếp bóc-lột chúng tôi một cách tàn-nhẫn.

« Nhân-gịp làng chúng tôi cải-lương hương-chánh, hai cha con anh chỉ lo làm giàu riêng mà hại chúng tôi. Nói những sự tham-tàn của các anh thì không thể xiết được,

l'administration du Protectorat avait pu faire appliquer les réformes communales. On nous reçut joyeusement, au bruit des pétards et sous les arcs-de-triomphe, selon le rite accoutumé, et c'est sincèrement que, après la visite au village, notables et membres du Foyer crièrent « Vive l'Indochine, Vive la France ! » à la fin du dîner qui nous avait réunis.

Il avait suffi des efforts d'un ou deux de ces bons Annamites aimant vraiment leur pays et consacrant leur fortune au progrès de leur village, au bien-être de leurs compatriotes, efforts conjugués avec ceux d'une administration avisée, pour faire naître la prospérité là où régnait la misère et faire surgir du sol écoles, maternités, jardins d'enfants, industries locales, etc... En de longs articles de la Revue du F. E. A. nous relations ces visites et donnions ces villages, ces notables, en exemples à nos lecteurs, à tous nos amis.

Hélas, dix et vingt fois hélas !... Peu d'années après, je lis, dans un journal du Tonkin, cette lettre navrante, adressée au directeur de ce journal par des habitants, précisément, d'un des villages que nous avions visités :

« Tout un gros village, celui de P. T. (canton du dit, huyên, etc...) se prosterne à vos pieds pour que, par votre vaillant journal, vous fassiez parvenir ses doléances jusqu'en haut lieu.

« Nous sommes odieusement brimés, cyniquement exploités par notre *chanh huong hôi*, le nommé... et par son fils, *ly truong* de notre commune qui s'appelle... »

« Profitant du changement apporté récemment dans notre administration communale, le père et le fils ne songent qu'à s'enrichir à notre détriment. Vous raconter

vậy chúng tôi chỉ xin kể trình ngài mấy việc tàn-nhẫn mà các anh mới làm vừa rồi.

« 1° *Lấy-trộm tiền của tràng làm đồ-thêu.* — Năm 1924 nhà-nước đã cấp cho làng chúng tôi một số tiền 600 đồng để mở tràng làm đồ-thêu, hai cha con anh đã lấy tiền ấy chớ không bỏ vào công-quỹ. Nếu quan Công-xứ xét qua những sổ-sách thì người sẽ biết ngay là điều này chúng tôi kêu là thực.

« Về việc tràng đó năm 1924 cung-phí hết 200 đồng mà *chánh-hội* chúng tôi biên lên 300 số trừ đó thì anh ta bỏ túi. Vả lại tràng ấy đã bán đồ thêu ở Hội-chợ Hànội năm 1924 được 41 đồng, năm 1925 được 106 đồng. Hai số tiền đó không biên trong sổ thu-nhập, và đã bị.... lấy trộm mất.

« 2° *Thu-tiền cho thuê nhà công của làng.* — Làng chúng tôi có 34 cái nhà-danh cho thuê mỗi năm được 3 đồng một cái, cộng là 102 đồng, với 43 cái nhà-ngói cũng cho thuê giá ấy, cộng là 129 đồng. Vậy cộng cả hai số ấy mỗi năm được là 231 đồng. *Chánh-hội* chúng tôi thu cả những tiền ấy từ năm 1922, cả thẩy là 4 năm và giữ làm của tư của anh ta. Quan Tổng-đốc...... và Quan-xứ...... đã sai *chánh-hội* ấy thu những tiền đó mà bỏ vào khoản tiêu « Ấu-trĩ-viên ». Nhưng anh ta không làm thế.

« 3° *Lập nhà-hộ-sinh.* — Làng chúng tôi có một nhà-hộ-sinh. Mỗi năm đã để ra 100 đồng cấp cho những người ở-cữ nghèo-khổ. Công-quỹ đã mất số tiền mà trong sổ không thấy có một tên người nghèo nào ký-nhận lấy tiền.

toutes leurs rapines serait interminable; aussi nous bornerons-nous à vous signaler quelques-uns de leurs méfaits les plus récents.

« 1.— *Détournements de l'école de broderie.* — L'administration ayant alloué à notre village, en 1924, une somme de 600 piastres destinée à établir une école de broderie, les deux susdits trouvèrent plus commode de s'attribuer cet argent, sans même le verser à la caisse municipale. Un simple examen de nos registres communaux suffirait à notre Résident pour le convaincre du bien fondé de cette première accusation.

« Au sujet de cette école de broderie, les frais de l'année 1924 qui furent de 200 piastres, furent portés à 300 par notre *chanh hôi* qui empocha la différence. De plus notre village vendit à la foire de Hanoi de 1924 pour 41 piastres de broderies et à la foire de 1925 les ventes atteignirent 106 piastres. Aucune de ces deux sommes ne figure sur nos registres de recettes. Elles ont été détournées par......

« 2. — *Recettes provenant de la location des bâtiments municipaux.* — Notre village est propriétaire de 34 paillotes louées à raison de 3 piastres l'an chacune, soit un revenu annuel de 102 piastres, et 43 bâtiments couverts en tuiles loués à la même somme, ce qui représente 129 piastres. Le total de ces loyers s'élève donc à 231 piastres par an. Notre *chanh hôi* a encaissé tous ces loyers depuis l'année 1922, soit pendant 4 années et les a gardés par devers lui. Le *Tông dôc* de..... ainsi que le Résident de France à..... ont chargé le *chanh hôi* de la rentrée de ces loyers en lui donnant ordre de les marquer sous la rubrique « Jardins d'enfants ». Il n'en a rien fait.

« 3. — *Installation de la Maternité.* — Notre village possède une maternité. Une somme de 100 piastres est prévue chaque année pour être distribuée comme secours aux accouchées indigentes. Cette somme a disparu de la caisse

« 4° *Cấp-phi cho tuần-canh.* — Những tuần-canh ở làng chúng tôi theo phép thì mỗi năm được 200 đồng để chia nhau, nhưng chẳng được một đồng nào dù trong sổ vẫn có chữ ký-nhận. *Chánh-hội* đã bắt họ phải ký-nhận mà lấy tiền của họ. Họ không dám kêu-ca, vì *chánh-hội* đã bồi cho họ bằng của tư. Thật thế, anh ta đã cho phép họ lấy thuế mỗi *mẫu* ruộng là một bó lúa. Làng chúng tôi có 400 *mẫu* ruộng.

« *Chánh-hội* và *lý-trưởng* chúng tôi lại lấy thuế những trâu-bò và nóc-nhà mà không cho tuần-canh một đồng nào.

« 5° *Khám công-quỹ.* — Ngày mồng 8 tháng chạp Quan Công-xứ với Quan *Tổng-đốc* có về khám công-quỹ làng chúng tôi và thấy có dư 800 đồng. Số tiền đó thu ở các việc hiếu hỉ và bán nhiêu-xã. Số tiền đó không biên vào sổ vì *chánh-hội* có ý định lấy đi.

« Thiết tưởng nhà-nước bắt dân làng phải có sổ-sách thế là cốt để cho chúng tôi có cách kiểm-xoát các việc trong làng... Thế mà những hội-viên chúng tôi coi những sổ-sách ấy tựa như không có.

« Người ta đã bắt chúng tôi phải mua một cái hòm và cử một người thủ-quỹ biên-chép để giữ việc tính-toán cho phân-minh... Thế mà mỗi kỳ hội-đồng không sao chúng tôi được xem sổ-sách.

« Hội-đồng kiểm-xoát mà chúng tôi phải cử lên thì không biết những việc cần phải làm. Những tiền-bạc và

communale malgré que les registres ne portent en décharge aucune signature d'indigentes.

« 4. — *Indemnités aux veilleurs.* — Les veilleurs de notre village qui devraient se partager un crédit annuel de 200 piastres n'ont jamais rien reçu malgré que les registres portent leurs signatures. Le *chanh hôi* les a contraints d'émarger en s'appropriant leurs parts. Ils n'ont pas osé réclamer, car le *chanh hôi* les a indemnisés au préjudice de ses administrés. En effet, il leur a permis, de sa propre autorité, de prélever une botte de paddy par *mâu* de rizière. Notre village a 400 *mâu* de rizières.

« Notre *chanh hôi* et notre *ly truong* s'approprient par ailleurs les taxes sur les toitures et les bestiaux sans rien donner aux veilleurs ».

« 5. — *Vérification de caisse* — Le 8 du 12e mois, le Résident de France accompagné du *Tông dôc* sont venus inspecter notre caisse communale et ont trouvé un excédent en caisse de 800 piastres. Cette somme provenait des frais de mariages et d'enterrements ainsi que de la vente des grades de préseance. Elle n'avait pas été portée sur les registres, intentionnellement, notre *chanh hôi* se proposant de la détourner.

« D'après nous, en imposant à notre village différents registres, l'Administration a entendu nous donner les moyens de contrôler la gestion de nos affaires communales... Or, ces registres sont considérés par nos conseillers municipaux comme nuls et non existants.

« On nous a obligés de faire l'acquisition d'un coffre et de désigner un caissier-comptable ayant charge de tenir à jour notre comptabilité... Or, à chaque réunion, il nous est impossible d'avoir des comptes.

« La Commission de contrôle que nous avons dû élire ignore tout de ce qu'elle devait connaître. Nos finances et

các công việc của chúng tôi ở trong tay bố con chánh-hội và lý-trưởng cả. Nhưng vì họ giàu-có và thần-thế lắm cho nên không ai dám phản-đối. Chúng tôi phải lầm-than đau-đớn ở trong sự hà-hiếp đó, không dám kháng-lại với họ, vậy chúng tôi xin Ngài làm ơn thương-thuyết với Quan-trên để cử một hội-đồng về khám-xét tận nơi và khiến cho kẻ tham-tàn kia thôi không ăn-trộm được nữa.

« Hễ chúng tôi còn phải ở dưới quyền hà-hiếp của *chánh-hội* và *lý-trưởng* ấy, thì chúng tôi cứ bị hiếp-đáp tàn-tệ mãi.

« Chắc ngài sẽ có lòng thương tình-cảnh khốn-nạn của chúng tôi, chúng tôi xin kính-chúc ngài muôn lạy ».

Ở nhiều nơi khác, những sổ-sách mà các làng phải dùng thì có mấy người quan-lại đã giữ độc-quyền bán cho các dân làng, v. v...

Như vậy, những việc cải-lương mà Chánh-phủ Bảo-hộ mở-mang cho dân-làng được sung-xướng thì đã bị những kẻ đàn-anh của họ dùng cách tinh-ma làm những khí-giới phản họ. Đó cũng như lời của l'Ecriture bên Gia-tô nói rằng: « Con chó quay-lại ăn những đồ nó đã mửa ra »....

Vậy ta rất khen-ngợi mấy người đầu-đơn đó, nhưng xem trong câu trước câu cuối cùng thì hình-như là họ tưởng rằng chỉ thay hai người *chánh-hội* và *lý-trưởng* mà có thể hoán-cải được cả tình-thế trong làng. Họ không biết rằng nếu ngày mai mà họ, là lũ đầu-đơn ngày nay, được làm *chánh-hội* và *lý-trưởng* thì họ sẽ sẵn lòng mà làm theo như thế, và lại tàn-tệ hơn những cách mà họ kêu-ca ngày nay.

Vậy hỡi các quý-hữu, khi tôi bảo các ông soi-xét lương-tâm đó là cốt lo cho cái tương-lai bối-rối của nước các ông,

nos affaires sont aux mains du *chanh-hôi* et du *ly-truong*, son fils. Mais comme ils sont très riches et fort puissants, personne n'ose entrer de front en conflit avec eux. Nous gémissions tout bas dans cette servitude sans oser nous révolter ouvertement; c'est pourquoi nous vous supplions d'intervenir auprès de l'Administration pour qu'une Commission de contrôle vienne enquêter sur place et mettre nos pillards hors d'état de continuer leurs vols.

« Tant que nous serons sous la domination de nos *chanh hôi* et *ly truong*, actuels, nous serons odieusement pressurés.

« Certains que vous daignerez vous intéresser à notre triste sort, nous vous saluons dix mille fois ».

Dans d'autres villages, les registres dont l'emploi avait été prescrit aux notables étaient vendus à des prix invraisemblables par des mandarins qui se réservaient le monopole de ce commerce, etc...

Ainsi donc, les réformes mêmes que le Protectorat avait instaurées pour le plus grand bien des habitants avaient été bientôt retournées contre ceux-ci par l'astuce infernale de leurs aînés... « Et le chien, dit l'*Ecriture* des chrétiens, retourne à son vomissement »...

Admirons d'ailleurs, sans la partager, la candeur des signataires de cette supplique qui, à l'avant-dernier paragraphe, semblent admettre qu'un changement de *chanh hôi* et de *ly truong* modifieraient la situation. Ils ne se rendent pas compte de ce que si eux-mêmes, les plaignants, devenaient demain *chanh hôi* et *ly truong* ils s'empresseraient de perpétuer, en l'aggravant si possible, l'état de choses qu'ils dénoncent aujourd'hui.

Soyons sincères, mes chers amis ; c'est tout l'avenir de votre pays qui est en jeu lorsque je vous invite à un tel

vậy xin các ông hãy theo lòng thành-thực. Vậy dù có thiệt-hại cho cái lòng tự-ái chánh-đáng của các ông là bao nhiêu, nhưng mong các ông cũng nên công-nhận với tôi rằng tôi nói thế là đúng lắm và tất cả những điều đó không phải là tật riêng của vài người, nhưng là bệnh thâm-hiểm của cả đại-loạt. Các ông hãy công-nhận thế ở đây như khi các ông hội-họp tư với chúng tôi mà không có ai làm chứng. Các ông hãy nên công-nhận thế như mấy người đồng-bang các ông có lòng-thành yêu nước và *hi-sinh cho nước*, đã dám can-đảm công-nhận thế. Những người đó hiểu-biết cái bệnh nguy-hiểm ấy lắm, và cũng lấy làm đau-đớn như tôi vậy.

Thiết-tưởng là một sự độc-ác — và kéo giài vô-tận — để nói vô-số những việc đau-đớn mà tôi đã có thể chứng-nghiêm về sự đó. Vậy tôi sẽ không kể giài về chuyện một viên quan-ta là một vị thiếu-niên có học-thức thông-minh siêng-năn cần-mẫn, đã mở ra một hội «khai-trí cho Annam», đã viết những vở kịch, và đã diễn «cho các hội làm phúc» mà lại lấy tiền bỏ túi. Những việc khai-trí cho dân, tận-tâm với nước — mà chàng sẵn lòng đào-khoét — thì chỉ là những «nguồn-suối tốt» cho chàng kiếm danh-lợi. Chàng cũng như nhiều kẻ khác, không tin một tiếng nào ở trong những câu mà chàng diễn-thuyết hoa-hoét kéo giài về sự ấy... Tôi sẽ nói qua về chuyện mấy cậu học-sinh cũng diễn-kịch «cho một hội» chủ-ích cho quốc-gia, và chỉ quyên vào cho hội ấy vừa đúng số tiền để lấy bằng sáng-lập hội-viên, còn thừa bao nhiêu thì các cậu giữ cả... Phải mười quyển sách mới kể hết chuyện đó và lại phiền lắm nên chúng tôi không muốn nói giài nữa.

Các ông hãy xem «Nước Tầu» ở sách Hovelaque. Các ông sẽ thấy có nhiều gương xấu thật ghê về những sự tham-lợi quên nghĩa, không có lương-tâm về nghề-nghiệp, nhất là không có *lòng-thành ái-quốc*, đã tàn-hại nước ấy để làm

examen de conscience. Quoiqu'il puisse en coûter à votre amour-propre le plus légitime, convenez avec moi que j'ai malheureusement trop raison, que ce ne sont pas là des faits isolés, mais que le mal est général et profond. Convenez-en ici comme vous le faites toujours dans nos entretiens privés, sans témoins. Reconnaissez-le comme savent courageusement le reconnaître les très rares hommes qui, parmi vous, aiment vraiment leur pays et *se sacrifient à sa cause*. Ceux-là connaissent le mal et sa gravité, et en souffrent exactement comme moi-même.

Il serait cruel — et interminable — de citer ici les innombrables et douloureuses expériences que j'ai pu faire à ce sujet. Je ne vous conterai donc pas l'histoire de ce jeune mandarin, intelligent, instruit et très actif, qui avait fondé une « société de développement intellectuel des Annamites », qui écrivait des pièces de théâtre, les faisait représenter « au profit d'œuvres philanthropiques » et mettait les recettes dans sa poche. Le « développement intellectuel », le dévouement à son pays — qu'il était tout prêt à dépouiller à son profit -- étaient en réalité, pour lui, autant de « bons filons » à exploiter pour obtenir distinctions et avancements. Il ne croyait pas un mot, comme tant d'autres, des belles phrases qu'il débitait à ce sujet... Je passerai aussi sur l'histoire des étudiants qui font donner une représentation théâtrale « au profit d'une œuvre » de caractère essentiellement national, et versent à cette œuvre strictement la somme nécessaire pour obtenir un titre et un diplôme de membre fondateur en gardant l'excédent par devers eux... Il faudrait dix volumes pour conter tout cela, et le récit en est trop pénible pour que nous insistions davantage.

Lisez « *La Chine* » de Hovelaque. Vous y verrez des exemples frappants de ce manque absolu de désintéressement, de conscience professionnelle, de sentiment du devoir, et de *vrai patriotisme*, surtout, qui ont ruiné ce pays

giàu-có cho những kẻ dối-giá tham-lam, nhũng-nhiễu tàn-tệ, và đã đưa-đẩy nước ấy sa xuống một cái vực xâu. Các ông hãy nhớ rằng ta đã xét những tư-cách của bọn phát-vé xe-hàng, khám-vé xe-lửa, thu-nhập sưu-thuế, cùng các quan-lại các hàng... Những đường xe-lửa, giây-thép đã bị tan-nát hết khi giao cho những kẻ quản-xuất tham-lam hà-lạm gần hết những tiền để chữa-sửa. Và trong các sở công-chính cũng đều thế cả.

Lũ yêu-ma quái-dị phản-bội nước ấy luôn luôn một cách tàn-nhẫn bất-lương... Máu-huyết của dân không còn nhiệt-thành tước-tốt mà chẩy vào thân-thể quốc-gia để mà sinh-hoạt... nó đổ ra ngoài hết thành ra mủ thối gớm chết vì cái thân-thể khốn-nạn ấy bị ung-dọt vỡ ra trăm nghìn cái miệng đau-đớn thảm-hại...

Vậy làm thế nào mà các ông muốn được cho người ngoại-quốc xa-cách quê-hương — hàng mấy muôn dặm!... — đến đây làm việc bảo-hộ mà chỉ lo kiếm vừa đủ chi-tiêu, chớ không có lòng muốn làm giàu thiệt dân bản-xứ khi trông thấy cách họ cư-xử như thế?... Nước Pháp quảng-đại thật, nhưng nếu nước Pháp đã khó mà khiến được cho những người ở xa-cách mẫu-quốc tuân-theo mệnh-lịnh thi-hành quyền-chánh, thì chớ nên bắt nước Pháp làm việc không có thể được là muốn bảo những người ấy vì nghĩa ái-quốc, có lòng «lo cho nước Đông-Pháp», vì đó chỉ là những ảo-tưởng khi chính người bản-xứ không có những đức-hạnh ấy... Đây tôi giảng-nghĩa: tôi không chứng-sự.

*
* *

Các ông phàn-nàn rằng người ta bỏ mình: nhưng chính các ông tự bỏ các ông. Đáng lẽ các ông phải vì nghĩa công-tâm mở-mang học-thức luân-lý cho nước lá sự cần nhất

en enrichissant les fauteurs de détournements, de concussions, d'exactions de toutes natures, et qui l'on conduit à l'abîme. Rappelez-vous ce que nous avons constaté pour les receveurs de voitures publiques, les contrôleurs de chemin de fer, les collecteurs d'impôts, les fonctionnaires de toutes plumes et de tous poils.. Routes, voies ferrées, télégraphes, etc... disparaissent bien vite lorsque ceux qui en sont chargés détournent la majeure partie des sommes destinées à leur entretien. Et il en va de même pour toutes les branches de l'administration.

Tous ces vampires trahissent cyniquement et continuellement le pays... Le sang du peuple ne circule plus, ardent et généreux, dans le corps national pour le vivifier... il s'épend constamment au dehors et s'y corrompt en répandant une odeur infecte par les mille plaies honteuses dont ce malheureux corps est tout ulcéré...

Comment voulez-vous que l'étranger qui, loin — très loin !... — de sa terre natale, est ici pour y exercer une tutelle, en comptant bien y trouver la juste rétribution de ses efforts, ne cède pas à son tour, trop souvent, à la tentation de l'enrichissement aux dépens de l'habitant, lorsque celui-ci lui donne un tel spectacle ?... La France est grande et généreuse, mais s'il lui est déjà difficile d'imposer sa volonté directrice à certain de ceux qui, loin de la mère-patrie, devraient la représenter parmi vous, il ne faut pas rendre sa tâche impossible en demandant à ceux-là un désintéressement patriotique, un « civisme indochinois » qui deviennent quasi-utopiques lorsque les principaux intéressés eux-mêmes ne les possèdent pas.... Ici, j'explique : je ne justifie pas.

* * *

Vous vous plaignez d'être abandonnés : mais vous vous abandonnez vous-mêmes. Au lieu de porter tous vos efforts désintéressés vers le développement intellectuel et moral

cho việc tiến-hóa, rồi mở-mang kinh-tế trong nước, nhưng các ông chỉ lo những tư-lợi nhỏ-mọn, làm giàu làm có hay là kiêu-ngạo khoe-khoang hão. Nếu các ông muốn cho người ta kính-trọng mình thì các ông phải tự kính-trọng mình trước. Các ông hay quên điều ấy lắm, và hình-như các ông lại làm cho ngã-lòng những người yêu-mến các ông và cho khí-giới những kẻ ghét-bỏ các ông vậy.

Tôi xin phép kể một việc tôi đã có thể chứng-nghiệm ở Hội Việc-Nam Thanh-Niên không phải vì là chuyện riêng của tôi, nhưng vì là một sự quan-hệ có thể chứng-minh được.

Những người đã xem-xét từ ngày hội mới sáng-lập ra, thì biết rằng hội ấy hết lòng làm việc khai-hóa tri-thức tinh-thần cho đồng-bang các ông, một đàng thì khôi-phục lại nền luân-lý cũ với quốc-túy của các ông, một đàng thì làm cho các ông biết kính-trọng và yêu-mến cái công-quả của nước Pháp chỉ-dẫn cho các ông biết cái văn-minh mới. Bởi những cách xuất-bản Tạp-chí, in sách hai thứ tiếng, diễn-thuyết về xã-hội-học, chiết-lý bác-vật, cách-trí thường-hành, đã giảng-dạy tuần-tự trong hai năm giời, và bởi những cuộc du-lịch đàm-đạo, nhất là bởi lòng cố-gắng chăm-chỉ, chúng tôi đã ra sức luyện-tập cho các ông thành ra những người biết quên lợi vì nghĩa, yêu-mến Tổ-quốc, trung-thành gắn-bó với nước Pháp là người dìu-dắt các ông tiến-hóa.

Khi buổi đầu hội được các quan-trên giúp-đỡ : có hội bảo-chủ là các quan-lớn tây ta đứng đầu, và chúng tôi có mở lạc-quyên gần như việc-công nhà-nước, mà những sổ quyên thì nhờ các Công-xứ giao cho các quan Annam. Chúng tôi lại có diễn-thuyết trước khi quyên-tiền ở các tỉnh-ly và có nói rõ mục-đích cùng cách hành-động của hội.

de votre pays, dont dépend essentiellement toute sa grandeur, puis vers son essor économique, vous êtes exclusivement préoccupés de vos très petits intérêts personnels, et ne songez qu'à vous enrichir ou à satisfaire une puérile vanité. Si vous voulez qu'on vous respecte, commencez par vous respecter vous-mêmes. Vous l'oubliez trop souvent, et il semble que vous fassiez tous vos efforts pour décourager vos amis et pour encourager ceux qui ne le sont pas.

Permettez-moi de citer encore une expérience que j'ai pu faire au F. E. A. Non pas parcequ'elle m'est personnelle, mais parcequ'elle concerne un cas important et peut être considérée comme très démonstrative.

Ceux qui ont suivi la vie de cette œuvre savent qu'elle travaillait consciencieusement au développement intellectuel et moral de vos compatriotes en essayant, d'une part, de restaurer votre ancienne morale, vos plus belles traditions, d'autre part, de vous faire apprécier et aimer la tâche accomplie par la France qui vous initie à la civilisation moderne. Par une revue, des publications bilingues, des conférences de sociologie, de philosophie scientifique et de sciences appliquées, méthodiquement échelonnées sur deux années, des excursions, des entretiens familiers, et surtout par une action personnelle continue, nous nous efforcions de faire de vous des hommes en vous apprenant le désintéressement, l'amour de la Patrie et, pour elle, l'attachement loyal à la France qui vous aide dans la marche au progrès.

L'œuvre eut, à ses débuts, tout l'appui officiel : un comité de patronage comprenant les plus hautes personnalités françaises et annamites fut placé à sa tête, et nous ouvrîmes des souscriptions quasi-officielles dont les feuilles étaient remises aux mandarins par les résidents de provinces. Nous faisions précéder ces souscriptions de confé-

Bấy giờ Annam vội-vàng quyên tiền, và tuy phải có nơi họ ăn-cắp mất nhiều, mà sau cũng thu được khá. Vậy thế tưởng rằng đồng-bang các ông đã hiểu-thấu rằng hội ấy có ích-to cho quốc-gia và vì lòng ái-quốc nhiệt-thành mà họ đã bỏ ngay tiền ra quyên cho hội để giúp nước.

Nhưng khốn-nạn !... ta hãy xét sự sau này :

Vì hội phát-đạt mau mà sinh ra chuyện ghen-ghét. Hội bị công-kich và vu-oan tàn-nhẫn. Khi bấy giờ tôi vẫn giảng-thuyết cho thiếu-niên như cách tôi nói chuyện với các ông ở đây, thế mà họ kêu rằng tôi phỉnh-nịnh cho thiếu-niên hóa ra quá-khích và sui-dục họ bội-phản nước Pháp !!!

Dư-luận nhiều người Pháp ở đây, vì tính lười không muốn chịu khó xem-xét, cứ theo lời của các báo công-kich chúng tôi vì tư-lợi, coi ngay những điều vu-oan ấy là thực mà ghét-bỏ *ngay* một hội cốt mở-mang cho dân bản-xứ nên *người* trong khi nhiều kẻ thực-dân chỉ muốn lợi mình mà để họ hèn-kém và tìm các lẽ mà phản-đối lại.

Sau té ra cả đại-loạt cùng có ý để-kháng hội ấy xưa nay chỉ làm tốt cho người bản-xứ và cho cả nước Pháp... Và sự để-kháng đó lại hiểm-độc lắm, vì nó cứ ngấm-ngầm tựa như hiểm-bí, không có cớ nào dám nói toạc ra. Hội từ trước chí sau không có một điều gì đáng trách : không có một câu, một tiếng nào ở trong những văn-từ ngôn-luận của chúng tôi hoặc ở chỗ công chúng hay là tại nhà tư có thể — và làm cớ — lấy ra mà công-kich chúng tôi được. Về *quan-sự* thì chánh-phủ không quay-lại hại chúng tôi,

rences données aux chefs-lieux, expliquant nettement le but de l'œuvre et ses procédés.

Les Annamites souscrivirent d'un bel élan, et, malgré les détournements importants dont nous fûmes victimes, le résultat fut assez élevé. On aurait donc pu penser que vos compatriotes avaient bien compris le grand intérêt national de l'œuvre et que, mus par un excellent esprit patriotique, ils n'avaient pas hésité à faire un sacrifice pécuniaire par amour de leur pays.

Hélas !... Voyons ce qui suivit :

Le succès rapide de l'œuvre provoqua des jalousies. Elle fut attaquée et calomniée impitoyablement. Pendant que je tenais à vos compatriotes le même langage que je tiens ici, on prétendait que je flattais leur orgueil, allais en faire des bolchevistes et les pousser contre la France !!!...

L'opinion de beaucoup de Français d'Indochine, trop paresseux pour se renseigner par eux-mêmes, se laissait guider par ces campagnes de presse intéressées et accueillait d'autant plus volontiers ces calomnies que beaucoup n'avaient, *a priori*, que de l'hostilité pour une œuvre destinée exclusivement aux indigènes, et voulant en faire des *hommes* lorsque trop de coloniaux ont intérêt à les maintenir à l'état de mineurs et trouvent, pour cela, les meilleures raisons.

Une hostilité générale ne tarda pas à se manifester contre cette œuvre qui n'avait pourtant fait que du bien, par amour des indigènes aussi bien que de la France... Et cette hostilité fut d'autant plus redoutable qu'elle dût rester sourde et, en quelque sorte, occulte, n'ayant aucun prétexte pour se déclarer ouvertement. L'œuvre était demeurée strictement irréprochable ; pas une phrase, pas un mot de nos écrits ou de nos discours ou entretiens publics ou privés n'avait jamais pu — et pour cause — être relevé

hội bảo-chủ vẫn giữ chức đỡ-đầu đến tận cuối cùng, dù rằng có ý muốn thoái mà không có thể ra được. Nhưng có mấy người hội-viên ấy (làm quan ở Toàn-quyền và sở nhà-nước) đã làm cho chúng tôi đau-đớn ngầm, và khiến cho mọi người biết rằng nay hội không được quan trên giúp-đỡ nữa, và làm cho bỏ hội chết-đói.

Khi sắp đóng cửa vì hết tiền, tôi có kêu gọi người Annam; trước có hơn một nghìn rưởi người là thường hội-viên, tứ-trợ, tán-trợ và sáng-lập hội-viên quyên tiền tử-tế khi bắt đầu. Bấy giờ tôi có gởi cho mỗi người một cái giấy xin quyên lại cho hội nữa, mà theo lẽ thường các hội thì sự quyên lại đó đã phải làm từ năm trước. Tất cả những tiền quyên với sổ-sách chi-thu tính-toán cẩn-thận đã đăng tách-bạch phân-minh ở trong các số Tạp-chí Thanh-Niên. Vậy những người quyên tiền không phải lo-ngại về sự dùng những tiền đã cúng hội. Từ lúc mới quyên lần thứ-nhất hội đã thực-hành giữ hết các điều-hứa, và có phần lại mở-mang rộng hơn nữa, vì hội đã xuất-bản thủ-thường một cuốn tạp-chí hai thứ tiếng, 300 trang, có chanh-ảnh tử-tế, với những sách hai thứ tiếng, đã mở các cuộc diễn-thuyết và du-lịch mỗi tuần-lễ một kỳ, có tới hai ba trăm thiếu-niên lại dự, đã mở hội tết, đã đặt thêm phòng-ở, sửa-sang nhà-ăn, dựng máy ci-né-ma, v. v... Những đồng-bang các ông chẳng ai là không biết rằng chúng tôi đã tận-tâm quá chừng mà chẳng được cám ơn chi hết, chỉ có mấy điều họ công-kích vu-oan mà thôi. Các quan-ta cùng các thân-hào thường đến thăm hội không có giữ-dìn tấm lòng nhiệt-thành.

Bổn-phận Annam trước là đối-với nước mình, sau là đối-với một người Pháp đã hi-sinh tận-lực cho họ, là phải không

contre nous. *Officiellement*, le gouvernement ne se tourna pas contre nous, le comité de patronage demeura jusqu'au bout à la tête de l'œuvre, nul ne put s'en retirer, malgré la grande envie qu'on en aurait eue. Mais certains de ses membres en particulier (fonctionnaires les plus élevés du gouvernement et de l'administration) nous poignardèrent dans le dos, et l'on fit en sorte que tout le monde pût comprendre que l'œuvre n'avait plus les faveurs officielles, on nous priva de tous appuis et nous réduisit par la famine.

Au moment de fermer, faute de ressources, je fis appel aux Annamites ; plus de quinze cents membres adhérents, donataires, bienfaiteurs et fondateurs avaient souscrit au début, deux ans auparavant. Je leur envoyai une circulaire, les priant de renouveler leur souscription qui aurait dû l'être l'année précédente, ainsi qu'il est d'usage dans toutes les œuvres analogues. Toutes les souscriptions avaient été publiées dans les moindres détails et notre comptabilité, très strictement tenue, était aussi publiée dans chaque numéro de la Revue. Les souscripteurs ne pouvaient donc avoir la moindre inquiétude sur l'emploi de leurs dons. Depuis leur premier versement, l'œuvre avait fait ses preuves, elle avait tenu ses promesses, et au-delà, par la publication régulière d'une revue bilingue illustrée de trois cents pages, d'une série d'éditions bilingues, par des conférences et excursions hebdomadaires où participaient deux à trois cents jeunes gens, par des fêtes, par l'agrandissement des logements, la création d'un réfectoire, d'un cinéma, etc... Aucun de vos compatriotes n'ignorait que nous y avions fourni un effort des plus considérables, sans autres remerciements qu'attaques et calomnies. Des mandarins de grade élevé, des notables, avaient souvent visité l'œuvre et n'avaient pas ménagé l'expression de leur enthousiasme.

Le *devoir* des Annamites, envers leur pays, d'abord, envers le Français qui avait fait pour eux un tel effort,

những là quyên tiền nữa, mà phải quyên gập hai lần trước mới đáng... Thế mà trừ ra có dăm sáu người quyên-nhỏ, *còn chẳng ai trả-lời giấy dạt của chúng tôi.*

Người ta đã làm cho Annam biết rằng tuy bề ngoài Nhà-nước vẫn giữ chức bảo-chủ cho hội, nhưng bên trong đã thoái-bỏ lãnh-đạm rồi. Người ta không cấm ai quyên-tiền cho hội, thật thế : Nhưng với những kẻ *đi-làm dầy-tớ* họ soi-xét ý chủ từng ly cốt để nịnh-nọt chớ không phải là cách làm việc trung-chính, với những kẻ như thế, chỉ một cái lườm-nguýt, một câu bỏ lửng mà người ta có thể tỏ được ý muốn như một điều truyền-khiến. Tất cả họ cùng hiểu thế, và không ngần-ngại gì cả, họ cùng thoái-bỏ ngay một cách hèn-mạt cả hội với một người mà nếu họ biết giúp-đỡ thì đã có thể và phải làm ích-lợi cho họ *nhiều lắm.* Trong ý-muốn làm việc khai-hóa cho tổ-quốc và lòng sợ-hãi người chủ cau lông-mày, lo-hão những sự bất-tiện cho bước công-danh mình ở sở nhà-nước, họ bèn chẳng ngần-ngại một giây-phút...

Vậy có nên bảo rằng những người Annam khi hai năm trước quyên tiền đã ca-tụng hội lắm, đã khen-ngợi tôi nhiều khi nhiệt-thành đó là những người không thành-thực chăng ? Vậy có phải họ quyên tiền *chỉ cốt* để cho Quan-trên « trông thấy », bởi vì những sổ quyên có đưa qua mắt quan-trên, hay là cốt để lấy bằng sáng-lập và tán-trợ hội-viên ? Có lẽ những câu khen-ngợi và những lời cảm ơn của họ là những điều nói-dối cả chăng ? Người ta có thể tưởng như thế hẳn. Có lẽ thật tình thì những kẻ ấy chẳng thiết gì đến mục-đích ái-quốc cao-thượng của hội, và lúc nào họ cũng chỉ theo lòng tiểu-lợi và tính khoe-khoang đê-tiện sai-khiến đó thôi ?

ensuite, était donc, non-seulement de renouveler leurs souscriptions, mais de les doubler... Or, à l'exception d'une demi douzaine de petits souscripteurs, *nul ne répondit à notre appel.*

On avait su faire comprendre aux Annamites que l'Administration, tout en maintenant officiellement son patronage à l'œuvre, lui avait secrètement retiré son appui. On ne leur avait pas défendu d'y souscrire, c'est certain : mais il suffit, avec des employés-valets qui épient anxieusement la moindre manifestation des opinions de chefs qu'ils tiennent à flatter servilement au lieu de les servir consciencieusement et avec dignité, il suffit, avec de tels gens, d'un regard, d'un silence, d'une phrase qu'on laisse sans réponse, pour exprimer un désir qui doit être considéré comme un ordre. Tous comprirent, et sans hésiter, ils abandonnèrent lâchement, avec un ensemble parfait, une œuvre et un homme qui auraient dû et pu être *beaucoup* pour eux. Entre le désir de travailler à la grandeur de la patrie et la crainte puérile d'un froncement de sourcils de leur chef, de la perspective très vague d'un inconvénient très imprécis et problématique pour leur carrière administrative, ils n'hésitèrent pas une seconde...

Faut-il donc en conclure que tous ces Annamites qui, en souscrivant deux ans auparavant avaient protesté de leur admiration pour cette œuvre et qui m'avaient à maintes reprises renouvelé leurs chaleureux éloges n'étaient pas sincères ? Avaient-ils donc souscrit *uniquement* pour être « bien vus » de l'Administration parceque les listes étaient présentées par l'autorité, ou pour obtenir des diplômes de membres fondateurs et bienfaiteurs? Leurs paroles laudatives et reconnaissantes auraient donc été mensongères ? On pourrait vraiment le croire. Ils seraient demeurés en réalité foncièrement indifférents au but patriotique élevé de l'œuvre, et n'auraient obéi, à tout instant, qu'à des mobiles mesquins d'intérêt personnel et de vanité ?

Tôi lấy những sự chứng-nghiệm đó làm kết-luận, vì dân Annam có lắm việc chứng-nghiệm như thế, cả người « thượng-lưu xã-hội » cũng thế.

Một vị quan Annam *cao-nhất* ở Bắc-kỳ đã hiểu hội rõ lắm, đã nói-chuyện với chúng tôi nhiều lần, đã biết rõ cái công-quả ích-quốc lợi-dân ấy hơn các người khác, thế mà chỉ vì sợ *can-phạm* đến mình (? !) — không dám trả-lời những những số Tạp-chí của chúng tôi gởi biếu mà trong ấy chúng tôi ngợi-khen việc cai-trị của ông ta. Ông cũng chẳng trả-lời giấy mời quyên tiền như những kẻ khác.

Một người Annam danh-giá lắm, quốc-văn giỏi, chữ tây hay, tôi đã tiếp-đãi tử-tế ở nhà-tôi, có viết cho tôi một bức thơ *hăn-hái* nói về hội mà người ấy có giúp-đỡ nhiệt-thành khi Nhà-nước vẫn bảo-trợ, sau thấy hội bị công-kích thì bỏ hội ngay, không có tiếp-đãi tôi (cả lúc tôi đến diễn-thuyết ở một hội của người ấy), và lại thấy Tạp-chí của chúng tôi phát-đạt người ấy lấy làm ghen-ghét mà dùng cách dan-tà thâm-độc làm cho chúng tôi đau-đớn. Mà người Annam ấy lúc nào cũng tự-sưng rằng chỉ làm việc vì lòng ái-quốc.

Một kẻ nữa — cũng là chủ nhật-trình, thông-minh lắm — mà giữ-riết (luôn luôn vì... quá can-đảm!...) không dám nói một tiếng đến hội mà chính bổn-phận kẻ ấy phải cổ-động cho hội nhiều lắm. Vả lại hầu-hết các báo-quán Annam đều xử thế cả.

Chỉ có hai người quyên-tiền thành-tâm là hai nhà buôn-bán nhỏ ở Hànội, có nho-học tử-tế, đã từng đem những lợi-lãi buôn-bán ra (không có khoe-khoang) mà làm những việc khai-hóa cho dân-làng, giúp-đỡ quốc-gia, và có được dăm-sáu người (thầu-khoán, đi-buôn) nữa là thân-sinh của mấy gã thiếu-niên chăm-chỉ lại Hội. Mấy người đó cứu lại

Je considère l'expérience comme concluante parcequ'elle a porté sur des éléments nombreux et divers de la population annamite, y compris son « élite ».

Un *très haut* mandarin du Tonkin, qui connaissait parfaitement l'œuvre dont il était membre fondateur, qui avait eu avec nous de nombreux entretiens et pouvait, mieux que quiconque, comprendre l'importance nationale de cette œuvre, ne nous accusait même pas réception — toujours par peur de se *compromettre* (? !) — des numéros de notre Revue où nous faisions l'éloge de son administration. Il ne répondit pas plus que les autres à notre appel.

Un Annamite des plus distingués, excellent lettré en quoc-ngu et en français, qui avait été reçu dans ma famille, qui m'avait écrit une lettre *enthousiaste* au sujet de l'œuvre à laquelle il avait activement collaboré lorsqu'elle avait l'appui officiel, nous abandonna immédiatement dès qu'elle fût attaquée, me desservit à plaisir (pendant même que je faisais une conférence chez lui), et, sottement jaloux du succès de notre Revue, me poignarda perfidement dans le dos. Cet Annamite affirme d'ailleurs, à toute occasion ne travailler que pour l'amour de son pays.

Un autre — directeur de journal, aussi, et fort intelligent — garda (toujours par... excès de courage !...) le silence le plus complet sur cette œuvre qu'il avait le strict devoir d'aider de sa propagande. Il en fut d'ailleurs de même pour toute la presse annamite, à très peu d'exceptions près.

Les seuls souscripteurs fidèles furent deux modestes commerçants de Hanoi, confucianistes convaincus, qui consacraient tous leurs bénéfices (silencieusement et dans l'ombre) aux améliorations de leur village, au service de leur pays, et une demi-douzaine de parents (entrepreneurs, commerçants) des jeunes gens les plus assidus au Foyer.

cái danh-giá cho cả đồng-bang: những người ấy làm chứng rằng cái ánh luân-lý thiêng-liêng kia vẫn còn chưa tắt, nếu muốn thổi-lên thì ngọn lửa còn có thể phát-lại sáng-tỏ rực-rỡ.

Nếu tôi có nói về những chuyện đau-đớn này mấy điều suy-nghĩ phiền-muộn thì xin các ông chớ lấy làm chua-sót và ngã-lòng. Ấy là sau khi tôi đã phải chịu những việc chứng-nghiệm đau-đớn ấy (chẳng phải những sự đó chứng-minh rằng hội của chúng tôi cần-thiết lắm du?) mà trong hai năm giời ở bên Pháp, tôi không làm việc gì khác, chỉ ra-sức bênh-vực công-lý quyền-lợi, những lẽ yêu-cầu chính-đáng của các ông, cùng là cái lý-thuyết về chánh-sách giáo-dục khai-hóa cần-thiết để tác-thành cho dân các ông cố-gắng mà trở-nên một *nước-lớn*.

Nhưng các ông cũng phải biết suy-xét ngẫm-nghĩa lấy những điều giáo-huấn ở trong những việc chứng-nghiệm đó, và hãy hiểu rằng phải lấy sự mở-mang lòng-lo vì-nước, mà cứu-vãn lại nhân-cách với lòng biết vì-nghĩa hi-sinh, và bởi thế mà hoán-cải lại cách-thức cư-xử cho xứng-đáng.

Những người Annam đã thoái-bỏ hèn-mạt một hội cốt để ích-lợi cho mình thế là họ đã thoái-bỏ nước mình, tôi nhắc lại nữa rằng, thế là thoái-bỏ thân mình đấy. Họ đã vâng theo một sự sợ-hãi trẻ-con mà không có gì là thật: Hội ấy không phải là một hội để phá-hoại, mà trái lại, thì chính là hội làm-việc hết-sức cho nước Pháp như giúp các ông vậy; hội đã có hết cả các điều bảo-lãnh là một hội trung-chính, vì là của một người quan-binh Pháp bị-thương nặng đã sáng-lập ra, và lại có các quan-to ở thuộc-địa đỡ-đầu. Nếu dân Annam có nhiều người quyên tiền, nếu Hội Việt-Nam Thanh-Niên có được, không phải là 1.500, nhưng mà 15 hay là 20.000 Annam, thì Chánh-phủ có đâu đã khinh-rẻ cái đời của hội như thế, mà lại kính-trọng hội lắm, và những hội-viên có khi nào bị chủ «đánh giấu» để làm tội tình, mà lại được người ta kiên-nể nữa. Nên nhắc lại một lần nữa rằng người ta khinh-thường các ông thế là tại cách cư-xử

Ces quelques modestes sincères sauvèrent l'honneur de leurs compatriotes ; ils nous prouvèrent que le feu sacré couve toujours dont la flamme claire peut encore jaillir si l'on veut bien l'attiser.

Si j'ai énoncé à propos de ces faits douloureux, quelques réflexions mélancoliques, n'y voyez, chers amis, ni amertume, ni découragement. C'est après ces pénibles expériences auxquelles j'étais préparé (ne prouvent-elles pas, précisément, la nécessité de notre œuvre ?) que j'ai défendu pendant deux ans, en France, très activement, et à l'exclusion de tout autre travail, la cause de vos intérêts, le bien fondé de vos revendications, la thèse d'une politique d'éducation et d'instruction indispensable pour faire de votre peuple au prix de longs efforts, une *nation*.

Mais il faut que vous sachiez, aussi, tirer de telles expériences, l'enseignement qu'elles comportent, et compreniez qu'il faut, par le développement de l'esprit national, restaurer en vous la dignité humaine et l'esprit de sacrifice, et modifier en conséquence votre attitude habituelle.

Les Annamites qui ont ainsi abandonné lâchement une œuvre qui leur était exclusivement destinée ont abandonné leur pays, je le répète, se sont abandonnés eux-mêmes. Ils ont obéi à une crainte puérile que rien ne justifiait : L'œuvre n'était nullement subversive, bien au contraire, elle travaillait ardemment pour la France comme pour vous ; elle présentait toutes les garanties nécessaires, fondée par un ancien officier français grand blessé de guerre et patronnée par les plus hauts fonctionnaires de la colonie. Si les indigènes y étaient venus nombreux comme membres souscripteurs, si le F. E. A. avait compté, non pas 1.500, mais 15 ou 20.000 annamites, le Gouvernement, qui a fait si bon marché de son existence, aurait eu pour lui les plus grands égards et ses membres, au lieu d'être « repérés » par leurs chefs de service pour des brimades, auraient joui d'une certaine considération. Une

của các ông đã hiền-chứng như thế thật. Đáng lẽ phải ăn-ở như người lớn biết yêu nước và hiểu sự gì cần cho nước, mà các ông lại xử như lũ trẻ-con sợ-hãi, như bọn đầy-tớ nịnh-nọt, vì thế mà người ta đãi các ông như thế. Vậy thế là lẽ-thường.

Nhưng có nên bảo rằng các ông phải tỏ ra khinh-người, kiêu-ngạo, vô-phép đối với quan-trên, không theo lời truyền-bảo, và làm ngăn-trở bối-rối việc cai-trị vì những sự yêu-cầu luôn mãi, với những cách-thức bướng-bỉnh, khó-dạy và lại phản-nghịch nữa không? *Nếu kết luận như thế thì lại trái hẳn với ý tôi về bài này*, và nếu nói thế là dịch sai hẳn cái tư-tưởng của tôi.

Trái-lại, tôi cho rằng đó chỉ là cách-thức của những kẻ tham-lam muốn kiếm danh-lợi cho mình nên mới làm những sự nóng-nẩy vội-vàng để mong hưởng lấy ngay trong một đời ngắn-ngủi đó mà thôi. Không phải là ăn-ở một cách khó-chịu đối-với những người cầm quyền-chánh, khiến cho người ta không sao có hề làm được chức-vụ vì mình quấy-rối luôn-luôn bởi những cách hành-động dại-dột càn-rỡ theo mấy kẻ nhiễu-loạn kia, mà có thể làm được cho nước mình tiến-hóa. Người nào vì lòng ái-quốc quý-hóa thâm-chầm *muốn làm việc cho hậu-vận tương-lai*, thì cư-xử một cách khác kẻ tham-lam nóng-nẩy chỉ biết có điều cận-lợi nhỡn-tiền.

***

Chúng tôi muốn cho trọng xong bài khảo-cứu này — và chúng tôi xin lỗi độc-giả vì phải nói giải — mà giảng-giải cái cách-thức đó là thế nào và đã phát-hiện ra những việc hành-động làm sao. Chúng tôi sẽ lấy làm sung-xướng nếu những điều suy-nghĩ của chúng tôi kể với các bạn Annam

fois encore on vous à traités en matière négligeable parce-que votre attitude montrait trop clairement que vous étiez tels en effet. Au lieu d'agir en hommes qui aiment leur pays et savent ce qu'il veulent pour lui, vous vous êtes comportés en enfants craintifs, en valets courtisans et l'on vous a considérés de la sorte. C'est normal.

Faut-il en conclure que vous devez vous montrer arrogants, insolents, irrespectueux de l'autorité, insubordonnés, et entraver à tout instant l'action administrative par des revendications continuelles et une attitude de protestataires, d'indociles, voire de révoltés ? *Une telle conclusion serait exactement à l'opposé de celle que j'entends tirer de cette étude*, et ce serait formellement trahir ma pensée que de l'interpréter ainsi.

J'estime, au contraire, qu'une telle attitude ne peut être le fait que d'ambitieux intéressés qui, pressés d'obtenir quelque chose pour eux-mêmes, cèdent à des impatiences que la hâte de jouir bientôt, dans le court délai d'une vie humaine, explique seule. Ce n'est pas en se rendant insupportables à ceux qui ont la charge du pouvoir, en leur faisant la tâche impossible par des agitations continuelles ou des manifestations intempestives et maladroites de quelques trublions, qu'on travaille à la grandeur de son pays. L'homme qui est mû par le sentiment noble et profond du patriotisme, *qui veut travailler pour l'avenir*, a une tout autre attitude que l'ambitueux impatient qui ne voit pas plus loin que l'heure la plus proche.

*
* *

Nous voudrions terminer cette étude — dont nous prions nos lecteurs de bien vouloir excuser la longueur — en exposant ce que doit être cette attitude et de quelle façon elle peut se traduire en faits. Nous serons trop heureux si les suggestions que nous présenterons à nos amis annamites

đó có thể lưu-lại trong lòng một vài người các ông và chỉ-tỏ ra những sáng-ý tươi-tốt vì sự sinh-sôi nẩy-nở, cố-sức hành-động ấy, sẽ bổ-ích cho việc khai-hóa nước các ông nhiều hơn là những sự cải-lương chỉ mong ở một nhà-nước làm cho. Vậy hãy tự biết cứu mình thì giời mới cứu, đó là phương-ngôn tây của chúng tôi. Những điều nói sau này chỉ là cách thực-hành câu tư-tưởng « khôn-ngoan của các nước lớn » vào cái hiện-tình của các ông đó thôi.

Vậy nay người Annam phải hiểu rằng bổn-phận mình phải ra sức can-đảm mà lo lấy việc khôi-phục luân-lý, mở-mang trí-thức là sự cần-thiết đệ-nhất, chớ đừng ngồi im mà cầu-đợi Chánh-phủ như « cha mẹ » của một dân là lũ con-đỏ mãi-mãi... giống đàn chim non trong tổ chỉ há miệng chíp-chíp mà đợi mớm-mồi.

Không phải những người thuộc-địa *tự-ý quả-quyết* muốn giữ cho dân bản-xứ hèn-kém mãi để mà đào-khoét đâu. Thực ra những người thuộc-địa ấy phần nhiều là đến đây để lo việc lớn việc nhỏ của mình, vậy chớ cầu người ta quên sự ấy mà lo việc khảo-cứu nguyên-lý-học về sự tiến-hóa của những dân ấy và xét về những bổn-phận đối với nhau. Vấn-đề dân bản-xứ không có ở trong giới-hạn công-việc thường của người ta, đối với những người ấy thì vấn-đề đó là không có hẳn. Họ đến đây không ngờ mà giao-tiếp với lũ bồi-bếp và người-làm một giống khác ; cố-nhiên rằng lũ ấy là bọn hèn-kém, chẳng hiểu chi hết và có lắm nết-xấu khó-chịu. Nhưng người ta cũng chẳng chấp chi, và lại tập quen mà chịu vậy, vì cần đến bọn họ giúp-đỡ lắm để chạy công-việc của mình là cái nguyên-lý của các người ấy sang đây ở nơi nóng-nực, dữa đám « người kỳ-quái khó-chịu ».

peuvent être retenues par quelques-uns d'entre eux et déterminer des initiatives fécondes qui, en se multipliant et étendant leurs effets, contribueront au développement de ce pays mieux encore que des réformes toujours attendues de la seule Administration. Aide-toi, le Ciel t'aidera, disons-nous en France : ce qui suivra ne sera que l'application à votre cas de cette pensée de la « sagesse des nations ».

Il faut absolument que les Annamites comprennent enfin qu'ils doivent courageusement se mettre à la tâche de restauration morale et de développement intellectuel qui s'impose avant tout et cesser d'attendre, immobiles et passifs, le secours d'une Administration « père et mère » d'un peuple éternel enfançon... tel l'oisillon au nid dont toute l'activité consiste à pousser d'énergiques piaillements en exigeant la becquée.

Il est inexact que les coloniaux maintiennent toujours *délibérément, volontairement* les peuples colonisés à l'état de mineurs pour pouvoir les mieux exploiter. En réalité, ces coloniaux sont, en grande majorité de braves gens, mais, venus ici pour leurs petites ou grosses affaires, pour leur situation, il ne faut pas leur demander de s'en distraire pour se livrer à des spéculations plus ou moins métaphysiques sur l'évolution des peuples et leurs devoirs réciproques. Pour eux, la question indigène n'existe pas, simplement parcequ'elle n'a pas de place dans le domaine habituel de leurs préoccupations. Ils sont fortuitement en contact avec des boys et des employés d'une autre race ; il est entendu une fois pour toutes que ces gens sont des subalternes, qu'ils ignorent une foule de choses et ont une quantité de défauts assez énervants. Mais on ne leur en garde pas rancune et s'arrange pour s'en accommoder, car ces auxiliaires sont indispensables à la bonne marche des affaires, seule raison d'être du séjour dans ce pays chaud au milieu de ces « gens bizarres et agaçants ».

Thường là một sự vô-cớ bất-minh mà bảo rằng những người thực-dân ấy có nhiều cách bất-lương dụng-tâm đè-nén hết-sức làm cho ngu-giót những người họ muốn đào-khoát để lấy cho nhiều *lợi*. Có lẽ một vài người quan to mới có thể dụng-tâm thi-hành chánh-sách ấy được it lâu. Ai biết những sự suy-đốn phẩm-hạnh, kiêu-ngạo tham-lam vô-cùng với những cách tàn-tệ của họ dùng trong việc chánh-trị, thì phải cho rằng những sự vô-đạo xấu-sa ấy có thật. Nhưng chắc là chỉ có một vài kẻ quái-dị như thế mà thôi, mà thí-dụ rằng nếu có còn sót ở đây nữa thì cũng là hiếm lắm.

Những lời huyên-náo công-kích dận-dữ kêu-ca thường là bất-minh vô-ích. Nên hiểu rằng lòng con người ta thế nào vẫn thế, thì khốn-nạn, trong xã-hội có những kẻ ấy cũng là sự thường. Annam thử lấy lương-tâm mà tự-vấn xem rằng nếu mình là *người thôn-tính*, chớ không phải kẻ phục-tùng, thì sẽ sẩy ra làm sao. Cái cách của họ đối với những dân họ khinh-bỉ gọi là «Mọi» mà họ xử một cách tự-ý tàn-tệ, bác-tước dầy-đạp khốn-khổ không chút ngần-ngại — khiến cho nước Pháp phải tìm cách khôn-khéo bênh-vực những dân ấy mà họ coi là hèn-kém — và lại cái cách của nhiều kẻ tàn-ác đối với đồng-bang họ, đều khiến cho chúng tôi tưởng rằng nếu các ông là địa-vị người tây thì chưa dễ các ông đã thi-hành những cách thực-dân có đạo-đức luân-lý thật.

Không, chúng ta chớ lấy lời nói làm chắc, phải xét việc làm mới được: khốn-nạn, lòng người ta là như vậy, hễ khi nào việc tổng-quản không *khuynh-hướng* hết cả đoàn-

Il est le plus souvent gratuit et injuste de prêter à ces coloniaux des plans machiavéliques d'oppression et d'obscurantisme savamment calculés et appliqués pour obtenir un maximum de « rendement » de ceux qu'on veut exploiter. Peut-être certains hauts fonctionnaires ont-ils pu naguère poursuivre consciemment l'application d'un tel plan. Pour qui connaît la dépravation de leurs mœurs, leur immense orgueil et leur cupidité, ainsi que le cynisme des moyens politiques auxquels ils recoururent, il faut bien se résoudre à considérer comme possible l'existence de telles monstruosités morales. Mais ce furent certainement là de tristes exceptions, et ces spécimens tératologiques sont heureusement devenus extrêmement rares sous le ciel indochinois, en supposant même qu'il en existe encore.

Une réprobation bruyante, des vociférations et gesticulations indignées sont vaines et, le plus souvent, injustes. Il vaut mieux comprendre que, le cœur humain étant ce qu'il est, certains phénomènes sociaux sont, hélas, parfaitement logiques et normaux. Que les Annamites se demandent plutôt sincèrement ce qu'il adviendrait s'ils étaient les *conquérants* au lieu d'être les assujettis. Leur attitude à l'égard de ceux qu'ils appellent si dédaigneusement les « Moïs », les sauvages, et qu'ils traitent avec une parfaite désinvolture, leur appliquant sans hésitation la méthode type de l'exploitation et du refoulement — obligeant l'administration française à prendre à son tour de sages mesures de protection envers ces peuplades considérées comme inférieures — et l'attitude même de trop nombreux tyranneaux vis-à-vis de leurs propres compatriotes ne nous incite pas à penser que vous appliqueriez, à la place des Occidentaux, des méthodes colonisatrices d'une moralité beaucoup plus éprouvée.

Nous ne nous payons pas de mots : le cœur humain est malheureusement tel que, lorsqu'une direction générale n'est pas *imposée* à la foule par la foi en un idéal élevé,

thể phải tin theo ý-tưởng cao-thượng, có thể gọi là phi-thường, thì sự tổng-quản ấy tự-nhiên theo ngay cái chiều dốc mạnh nhất nó đưa mỗi người tới chỗ thỏa lòng ích-kỷ. Đó là một sự đau-đớn và có lẽ đáng xấu-hổ lắm, nhưng phải nên hiểu biết để tìm phương thuốc-thang còn hơn là mất-công chê-trách vô-ích.

Quyền-chánh phải từ trên-cao trở-xuống mà khuynh-hướng sự hành-động của các bọn tới cái mục-đích mà chỉ có ý-tưởng cao-thượng mới có thể đưa tới được. Ấy là vì theo cái ý-tưởng đó, tìm cách sửa-đổi lại luôn những điều sai-nhầm của từng người, mà các dân-tộc ấy có thể dần dần tới được mục-đích tiến-hóa. Khổng-Tử và Mạnh-Tử cũng như các nhà chiết-học bác-khoa chúng tôi đã cho rằng lòng-muốn của dân là quý-trọng nhất. Nhưng mà cho được cái lòng-muốn ấy có quyền chính-đáng để hành-động và sinh-ra những kết-quả hay, thì cái lòng-muốn ấy phải hợp đạo luân-lý, nghĩa-là phải có cái chốt-yếu về việc hạnh-phúc cho cả đoàn-thể làm cái giới-hạn, rồi phải biết vì nhân-nghĩa mà hi-sinh những tư-lợi.

Chỉ có một cách giải-quyết được vấn-đề thuộc-địa là phải có *linh-hồn luân-lý* của hai dân-tộc giao-tiếp với nhau, can-dự vào, hành-động nhiệt-thành bất-tức để khiến cho cả hợp-đoàn, dù có lòng muốn tư-lợi, mà phải khuynh-hướng về sự tiến-hóa, về sự hạnh-phúc trung cho cả đoàn-thể. Phải dục-lòng hai linh-hồn ấy — có khi phải làm cho hưng-khởi — phải để hai bên liên-hợp với nhau, và kích-khuyến cho hai bên cùng hành-động với nhau thì kết-quả sẽ được tươi tốt.

Khi chúng tôi nói với đồng-bang chúng tôi ở nơi-khác, thì chúng tôi đã kêu-gọi tới linh-hồn luân-lý nước Pháp, là nước có cái ý-tưởng khoan-đại hiển-nhiên cho người nào biết cảm-giác linh-hồn và hiểu tư-tưởng của nước ấy. Chính là cái tư-tưởng ấy, dù rằng có sự xa-cách, nhưng đã có các quan toàn-quyền phát-minh làm cho càng ngày thêm rõ-rệt ra ở đây, mà trong các quan toàn-quyền ấy thì có

surhumain en quelque sorte, elle suit naturellement la ligne de la plus grande pente qui porte chaque individu vers la satisfaction de son égoïsme. C'est un fait, assez douloureux et humiliant, peut-être, mais qu'il faut savoir reconnaître froidement pour y remédier, au lieu de se dépenser en vaines récriminations.

L'autorité doit venir d'en haut pour orienter le mouvement de ces ensembles vers le but qu'un pur idéal moral peut seul lui assigner. C'est mus par cet idéal que, rectifiant constamment les écarts individuels, ces peuples tendront de façon continue, vers le terme de leur évolution. Confucius et Mencius, comme nos encyclopédistes, ont affirmé que la volonté populaire est seule souveraine. Mais pour que cette volonté ait le droit légitime de s'exercer et produise des effets bienfaisants, il faut qu'elle soit essentiellement morale, c'est-à-dire qu'elle ait pour fin dernière le plus grand bien de l'ensemble, ce qui implique nécessairement la limitation, puis le sacrifice, des intérêts particuliers.

La seule solution du problème colonial est dans l'intervention des *personnes morales* des deux peuples mis en présence, dans leur action permanente et volontaire pour imprimer à leur complexe, en dépit des tendances individuelles, une direction vers le progrès, vers le plus grand bien de la collectivité. Il faut donc susciter ces personnes morales, de part et d'autre — les rescussiter même parfois — les confronter et les exhorter à une action commune dont les résultats seront féconds.

En nous adressant, ailleurs, à nos compatriotes, nous avons fait appel à la personne morale de la France, dont l'idéalisme généreux est évident pour qui a étudié son histoire et sait aujourd'hui connaître son âme et lire sa pensée. C'est cette pensée qui doit s'affirmer, ici, chaque jour davantage, malgré la distance, à travers la personne de ses gouverneurs généraux dont Paul Bert demeure

ông Paul Bert là cái mẫu-mực thiên-niên. Nhất là phải có cái quyền rộng cho những người ấy thì mới *thi-hành* được chủ-ý của nước Pháp, dù rằng có những sự ngăn-trở vì không hiểu nhau sinh ra không sao tránh được....

Đây là linh-hồn luân-lý của dân Annam mà chúng tôi muốn biết. Khi nào dân ấy biết tự-mình làm việc cho mình tiến-hóa, thì sự giải-quyết vấn-đề sẽ rất là tróng xong, vì rằng khi ấy Annam sẽ làm cho người Pháp biết vì-nể yêu-mến bởi có nhân-cách sứng-đánh và bụng thành-tâm cố-gắng. Những người đồng-bang chúng tôi nay còn ngần-ngại bối-rối thì bấy giờ tự mình sẽ vui-lòng mà theo cái lý-thuyết quảng-đại về sự giáo-dục để hiệp-sức nhau mà tới bước tự-trị.

Nhiều người đồng-bang chúng tôi khi mới tới đây lòng đầy những ý quảng-đại. Nhưng chẳng được — mấy ngày — mà họ phải ngã-lòng vì thấy lắm sự phiền mỗi ngày càng sinh thêm những sự không hiểu nhau. Họ rất thực-lòng mà nói thế này : « Trước chúng tôi cũng có những ý gọi là quảng-đại, bởi vì chúng tôi chưa biết rõ cả xứ này. Sau lúc đã biết rõ rồi thì chúng tôi phải cho rằng những ý quảng-đại đó chỉ là những điều mơ-tưởng hão, và có nhiều điều bách-thiết mà người ta phải biết tùy-theo. ».... Và người ta lại thấy những người « cộng-hòa » tốt ấy bị-lừa tức-mình, đùng cách trái hẳn với những chủ-ý của mình vẫn tuyên-bố, mà đối-đãi dân bản-xứ.

Vả lại có nhiều người Annam, vì mình không có thể tận-tâm với nước mình, bèn đoán-xét những người khác cũng như bụng họ, thường có thế luôn, và khi thấy những người thành-thực là đồng-bang các ông hay là đồng-bang chúng tôi làm những việc hi-sinh vì-nghĩa giúp họ, thì họ cố-sức mà tìm-kiếm cái chủ-ý dan-dối, và coi người ta làm « kẻ bán mình vì-lợi » là một cách cám ơn

l'impérissable modèle. Il faut surtout qu'un mandat assez fort permette à ceux-ci d'*imposer* cette volonté en dépit des inévitables incompréhensions....

Ici, c'est de la personne morale du peuple annamite que nous voudrions être entendu. Lorsque ce peuple travaillera, de lui-même, à son propre progrès, il hâtera singulièrement la solution du problème, parce qu'il s'imposera par la dignité de son attitude et la sincérité de son effort à l'estime et à la sympathie des Français. Ceux d'entre mes compatriotes qui sont encore aujourd'hui hésitants et troublés se rallieront alors d'eux-mêmes, et cordialement, à la thèse généreuse de l'éducation pour une collaboration immédiate vers une émancipation.

Beaucoup de nos compatriotes sont arrivés dans ces pays imbus de ces idées généreuses, mais ils ont été bientôt — trop tôt — découragés par la constatation réitérée de faits pénibles créant et aggravant chaque jour le malentendu. C'est de fort bonne foi qu'ils disent alors : « Nous avons eu aussi ces idées prétendues généreuses parceque nous ignorions tout de ce pays. Mieux informés, nous sommes bien obligés de reconnaître qu'elles étaient utopiques et qu'il y a des nécessités impérieuses auxquelles il faut savoir se plier. »... Et l'on voit ces bons « républicains » de naguère désorientés et déçus, adopter vis-à-vis de l'indigène, une attitude en contradiction parfaite avec tous les principes qu'ils ont toujours proclamés.

D'ailleurs, trop d'Annamites, incapables d'un dévouement sincère à leur pays, jugent les autres d'après eux-mêmes, ainsi qu'il advient toujours, et devant les sacrifices faits à leur cause par des hommes sincères de leur race ou de la nôtre, s'appliquent à chercher à ces attitudes des mobiles intéressés, et pour tout remerciement, traitent ces hommes de « vendus ». Ceci n'est pas fait pour favoriser le recrute-

đó. Vậy thế không phải là cách tuyển-cử những « tông-môn » đạo-đức và dục-lòng những người ngần-ngại vui theo người ta...

Nhưng mà trong các ông có mấy người — là số ít lắm, thật thế — là người có lòng tận-tâm vì nước, vui-lòng mà hi-sinh tư-lợi luôn luôn, và trình-bầy những sự yêu-cầu của các ông một cách thanh-cao cảm-động và thành-thực minh-chính cẩn-thận. Những người ấy biết làm cho người Pháp có lòng yêu-mến kính-trọng. Nhưng người ta biết rõ rằng đó chỉ là mấy người lẻ-lo, hiếm-có, mà người ta không sẵn lòng nghe, vì biết rằng cả quốc-dân mà những người ấy thay lời yêu-cầu đó thì không giống như thế. Vậy các ông hãy theo tư-cách của những người ấy rồi người ta sẽ nghe lời các ông.

Các ông hãy bỏ lòng ích-kỷ, bỏ tính kiêu-ngạo trẻ-con mà trông tới cao-xa. Các ông phải làm, và có thể làm được nhiều việc cho mình, mà các ông chẳng làm chi hết.

Những người giầu-có ở Nam-kỳ có nhiều của-cải, họ có cái khí-giới khởi-động mạnh lắm ở trong tay là đồng tiền; mà họ chẳng biết làm gì cả, và cứ ngồi đờ-đực ở trước mấy tủ bạc đầy-ních, và lại bối-rối như đứa bé-con mà người ta mới đưa cho một khẩu-súng lớn không biết làm gì. Chỉ có một ý nó hiện-ra trong trí-não họ là đem một ít của ấy ra, dùng cách giả-dối nhiều ít mua lấy một hàm-chức tri-huyện, hay là cái mè-đay gì đó để thỏa lòng khoe-khoang đê-tiện. Tư-tưởng đến đó là cùng... Nếu những người bên chúng tôi có của như thế thì sẽ chẳng từ việc gì! Các nhà, các hội, các tràng-học làm-phúc sẽ mở ra khắp mọi nơi để giúp-ích cho nước... Và xứ Bắc-kỳ kêu là nghèo, nhưng thật cũng có nhiều của. Nhưng những của ấy chỉ biết chui ra để đi săn lấy phẩm-tước hay là quan-tước mà thôi.

ment des «apôtres» et inciter les hésitants à leur emboîter le pas...

Pourtant il en est, parmi vous — en nombre infime, il est vrai — qui, sincèrement dévoués à la cause nationale, lui consentent le sacrifice permanent de leurs intérêts et expriment vos aspirations avec une dignité émue, avec une sincérité profonde, noble et contenue. Ceux-là ont su conquérir la sympathie déférente des Français, leur admiration même. Mais on sait trop qu'ils sont des isolés, de belles exceptions, et l'on est peu porté à écouter leur voix, parcequ'on sait que le peuple au nom de qui ils parlent ne leur ressemble pas. Ressemblez à ces hommes, et l'on vous écoutera.

Sortez, enfin, de l'égoïsme, sachez vous défaire d'une puérile vanité pour porter vos regards plus haut. Vous devez, vous pouvez, faire beaucoup pour vous-mêmes et vous ne faites rien.

Les « gros richards » cochinchinois disposent de fortunes considérables, ils ont entre les mains ce levier tout-puissant qu'est l'argent; ils n'en savent rien faire, et restent engourdis devant les trésors de leurs coffres bondés, aussi embarrassés qu'un petit enfant à qui l'on aurait donné un canon de gros calibre. La seule idée qui se présente à leur esprit est d'employer une partie de ces fortunes pour des satisfactions de vanité, pour l'achat plus ou moins déguisé d'un titre de *tri-huyên* honoraire ou de quelque décoration. Leur imagination s'arrête là... Que ne feraient pas, cependant, avec de tels capitaux, les gens de nos pays ! Fondations, œuvres, institutions philanthropiques de toutes natures s'épanouiraient de tous côtés pour le plus grand bien de la nation... Et le Tonkin, qu'on dit être pauvre, a aussi des richesses insoupçonnées... Mais elles ne savent sortir de leurs cachettes que pour partir à la chasse des titres de préséance ou de mandarinat.

Vậy hỡi các đồng-bào Annam, tôi đã hết sức công-chiến và chịu lắm sự đau-đớn rồi, nay tôi xin hỏi các ông. câu này: Công-nghiệp của các ông đâu? Các ông đã làm gì cho các ông chửa? ».... *Tuyệt không có gì cả* hay là cũng hầu như không.

* * *

Việc cần nhất bây giờ, chúng tôi đã nói nhiều lần, *là việc khôi-phục lại nền luân-lý* : nay các ông không còn luân-lý cũ-xưa, và các ông cũng không có luân-lý của chúng tôi. Cái bệnh nguy-hiểm là ở đấy, phải đem sức mình lại đó mà cứu-chữa. Tôi lấy làm tiếc rằng tôi không có thể biểu-đồng-tình với câu của ông Dương-văn-Lợi nói như sau này :

« Annam bao-giờ cũng biết giữ lấy luân-lý ở gia-đình. Bao giờ Annam cũng biết hiếu-kính tổ-tiên cha-mẹ, mến nhà, yêu nước, và giữ-gìn cho nhà cho nước khỏi sự ly-tán ».

Không, Ông Lợi ơi; xưa kia thì mới thế, vì những phong-tục tinh-túy tôn-kính cha-mẹ, thầy-giáo, các đấng hiền-chiết, dù thế nào, nhưng vẫn còn giữ được ở trong các kinh-chuyện, và bởi cách giáo-dục kiên-cố ở trong gia-đình. Chớ nay thời không thế : cái nền luân-lý xưa đã hủy-mất, những trẻ-con thì sớm bỏ gia-đình để đi học ở các tỉnh-thành. Họ không có thể thụ-hấp được luân-lý âu-tây của chúng tôi, vì luân-lý ấy không thích-hợp với những tư-tưởng phong-hóa tổ-truyền của họ ; chúng tôi có thể cho mượn các thầy-giáo và các sách-vở, nhưng không có thể cho mượn tổ-tiên là riêng của chúng tôi được. Nhiều trẻ-con của các ông, vì không được thân-cận với chúng tôi, tưởng rằng người Âu-tây không có luân-lý, không có quốc-túy, và họ tưởng rằng khinh-bỏ những điều «hủ-lậu» ấy đi thì là hành-động theo tây cách và đã nhập-môn tiến-hóa văn-minh. Hai mươi năm về trước tôi thấy thường

Annamites, mes frères, pour qui j'ai mené le bon combat et encaissé bien des coups, laissez-moi aujourd'hui vous poser cette simple question : « Où sont vos œuvres ? Qu'avez-vous fait pour vous-mêmes ? »…. *Rien* ou peu s'en faut.

*
* *

L'œuvre la plus urgente, nous l'avons maintes fois répété, *c'est la restauration de l'édifice moral*. Vous n'avez plus votre morale d'autrefois, et vous n'avez pas la nôtre. Le mal profond est là, c'est là qu'il faut porter l'effort. Je ne puis, et je le regrette, souscrire à cette phrase de M. Duong-van-Loi :

« Les Annamites sauront conserver toujours leur morale familiale. Ils sauront toujours respecter leurs parents, leurs ancêtres, aimer leur famille, leur patrie, et sauront garantir celles-ci de toute désagrégation ».

Non, Monsieur Loi ; il en etait ainsi lorsque ces belles traditions du respect et de l'autorité du père, des maîtres, des sages et des anciens, étaient perpétuées, malgré tout, par les classiques en caractères chinois, et par la solide éducation familiale. Il n'en est plus de même aujourd'hui : les monuments de l'ancienne morale ont disparu, les enfants quittent prématurément leur famille pour aller étudier dans les villes. Ils ne peuvent s'assimiler les principes de notre morale occidentale parcequ'elle n'est pas adaptée à la formation atavique de leur pensée ; nous pouvons vous prêter nos professeurs et nos manuels, mais nos ancêtres, à nous, nous ne vous les donnerons pas. Et la plupart de vos enfants, faute de pouvoir prendre avec nous un contact assez intime, croient que les Occidentaux n'ont ni morale ni traditions et sont persuadés que rejeter avec mépris toutes « ces sottises », c'est agir en personnages modernes, en

những con cái khi nói với cha thì đứng khoanh tay cúi đầu, kính-cẩn lễ-phép... sau đó độ mười lăm năm, tôi lại thấy những thiếu-niên giáo-dục và ăn-vận « theo mốt tây» khi nói chuyện với cha thì thuốc-lá ngậm môi, một tay thò túi và một tay thì đập vai, vỗ lưng « ông già », lấy làm ngạc-nhiên dật-mình, không hiểu sao con hỗn thế, tưởng rằng mình đành phải chịu vậy, vì ông ngỡ người ta lấy thế làm giấu-hiệu văn-minh tiến-hóa. Những thiếu-niên « tân-tiến » như vậy tưởng mình thế là lịch-sự giỏi-giang lắm, nhưng kỳ-thực họ chỉ-là đồ mất-dạy mà thôi.

Vậy không phải là bằng những vật-chất như thế mà người ta giữ được gia-đình và làm nên một nước lớn. Nếu các ông muốn sây-đắp lầu-đài to-lớn vững-bền, thì trước-hết phải nung-đúc lấy gạch cho thật tốt, rồi lấy ci-măng tốt mà gắn bó.

Đó là vì việc khôi-phục luân-lý gia-đình xã-hội mà chúng tôi đã cố hết sức nhỏ-mọn mở ra Hội Việt-Nam Thanh-Niên. Các ông biết rằng về việc hội ấy đã sẩy ra sự gì. Làm sao các ông không làm lấy? Các ông còn đợi gì nữa mà không mở ra những hội như thế, làm ra những tạp-chí mở-mang luân-lý, in ra những sách quốc-ngữ hay là hai thứ tiếng khi các ông có thể làm được, mở ra khắp-mọi-nơi những nhà giáo-dục luân-lý, diễn-thuyết hội-họp đàm-đạo tự-do về luân-lý để dạy cho hết cả mọi người hiểu rằng những sự phải, sự hay, sự tốt, chẳng phải là những tiếng hư-văn, để chú-rót vào tâm-não tất cả mọi người cái lòng yêu-mến những sự đó, và để dạy cho mỗi người biết cái đạo phải làm bổn-phận, phải hợp-quần và phải có công-tâm, vậy các ông còn đợi gì nữa mới làm?

Các ông đừng tìm cớ tránh-lỗi một cách thật dễ và vô-ích mà đỗ-tại rằng « Nhà-nước » sẽ ngăn-cấm, rằng không được in viết tự-do, v. v... Các ông biếc đâu, các ông đã thử làm bao giờ. Tôi vững lòng mà tưởng khác thế, tôi chắc rằng tất cả những người Pháp ở đây sẽ lấy làm vui-vẻ mà

disciples du progrès. J'ai vu souvent ici, il y a plus de vingt ans, les jeunes gens parlant à leur père, debout, bras croisés et tête baissée, dans l'attitude du plus profond respect... Et j'ai vu aussi, quinze ans plus tard, les jeunes gens élevés et habillés « à la Française » parler à leur père cigarette aux lèvres, une main dans la poche, et frappant familièrement sur l'épaule ou le ventre du « vieux » qui, tout décontenancé, croyait devoir se résigner, non sans appréhensions, à ce qu'il était convenu, pensait-il, de considérer comme indice de la civilisation et du progrès. Ces jeunes « évolués » se croyaient élégants et malins et n'étaient que goujats.

Ce n'est pas avec de tels éléments qu'on maintient la famille et qu'on fait un grand pays. Si vous voulez construire l'édifice grand et durable, cuisez d'abord de bonnes briques, puis unissez-les par un dur mortier.

C'est cette œuvre de restauration de la morale familiale et nationale que nous avions entreprise avec nos faibles moyens par le F. E. A. Vous savez ce qu'il en advint. Pourquoi, vous, ne la faites-vous pas ? Qu'attendez-vous pour fonder de telles œuvres, pour créer des revues de développement moral, des publications en quoc-ngu ou mieux bilingues lorsque vous le pouvez, pour créer partout des cercles de culture morale, donner des conférences, des réunions de libre discussion sur des sujets moraux, pour apprendre à tous que le vrai, le beau, le bien, ne sont pas de vains mots, pour mettre au fond de tous les cœurs l'amour de ces grandes causes, pour apprendre à chacun la doctrine du devoir, de la solidarité, du désintéressement ?

Ne prétendez pas, par une excuse facile et vaine, que « l'Administration » vous en empêcherait, que la presse n'est pas libre, que vous êtes surveillés, etc, etc... Qu'en savez-vous, vous n'avez jamais essayé. Je suis fermement convaincu du contraire, je suis certain de

được trông-thấy một dân-tộc tỉnh-hồn luân-lý, vì người ta sẽ hiểu rằng nếu dân ấy mà có đạo-đức sáng-xuốt hơn thì sẽ đồ lại với chúng tôi hợp-sức mà làm việc hạnh-phúc cho quốc-gia, giúp cho dân ấy học-hành tiến-hóa và kinh-doanh xã-hội. Chúng tôi không sợ việc cổ-động tình ái-quốc thanh-cao sáng-tỏ đâu, vì rằng đã khai-khởi cho các ông có lòng thành-thực muốn tiến-hóa vẻ-vang thì các ông sẽ hiểu rằng phải nhờ chúng tôi giúp-đỡ mới tới được mục-đích.

Vậy sao các ông không bỏ những tiền-bạc, nó nằm chết ở trong hòm, ra mà làm việc để sinh ra cái luồng-khí mạnh-khoẻ tốt-tươi ấy ? Có phải là các ông thiếu trí-khôn không ? Không, chỉ thiếu có lòng ái-quốc thành-tâm : là bụng *vì-nghĩa quyên-lợi* đó thôi.

Các ông đã trông thấy chúng tôi mở ra những tràng tiểu-học với vài tràng đại-tập. Các ông còn đợi gì nữa mới mở-mang các việc như-thế? Các ông đừng nên kêu-ca rền-rĩ cầu-xin nhà-nước mãi, các ông hãy tự lấy những sáng-ý tốt-tươi ấy, đem một ly tiền chơi cờ-bạc ra mà mở-mang các việc ấy thì các ông sẽ thừa-đủ !...

Các ông đã trông thấy chúng tôi mở ra một vài nhà-thương, nhà-làm-phúc, nhà-hộ-sinh... và mấy kẻ ngu-ngốc tham-lam có khi lại lấy thế là gịp mới để làm giầu-có bởi những cách dan-lận ăn-bớt. Các ông còn đợi gì nữa mới mở-mang những công-cuộc như thế mà không lấy đó làm cớ dan-lận bớt-sén hay là cầu-cạnh chức - tước phẩm-hàm ? Các ông có phải là lũ con-đỏ mà Nhà-nước cứ phải ẵm-bế luôn trên tay không ?

Các ông còn đợi gì nữa mới cắt-bỏ ở trong tạng-phủ những ung-nhọt gớm-chết về bệnh tham-ô, về tật cờ-bạc ? Mà mở ra một hội-đoàn trống-lại những sự tham-tàn, sếp-đặt rõ thật vững-vàng, có các chi-điếm ở tận những nơi sóm-cùng ngõ-hẻm : Mỗi người tình-nguyện vì danh-

ce que tous les Français qui sont ici assisteraient avec joie à ce réveil moral de tout un peuple parcequ'ils comprendraient que ce peuple, plus éclairé, irait vers nous d'un élan pour que nous collaborions avec lui à l'œuvre de salut national en l'aidant à s'instruire et à s'organiser. Nous ne craignons pas l'éveil d'un sentiment national pur et éclairé, parceque nous savons qu'en vous donnant le désir sincère de vous élever il vous fera comprendre que c'est avec notre aide que vous y parviendrez.

Pourquoi ne sortez-vous pas vos piastres endormies au fond des coffres-forts pour créer, dans tout le pays, ce courant vivifiant et généreux ? Est-ce l'intelligence qui vous manque ? Non, c'est le patriotisme sincère : c'est le *désintéressement*.

Vous nous avez vu créer des écoles, quelques collèges ou lycées. Qu'attendez vous pour en faire autant ? Au lieu de vous tourner toujours en gémissant vers l'administration, prenez ces initiatives fécondes, consacrez à de telles créations la millième partie des sommes dispersées pour le jeu, et vous serez comblés !...

Vous nous avez vu créer quelques dispensaires, quelques hospices, asiles, et maternités... et des sots cupides n'ont vu là parfois qu'occasion nouvelle de s'enrichir par des dilapidations. Qu'attendez-vous pour créer par vous-mêmes des œuvres comme celles-là, pour en couvrir votre pays, sans que cela serve de prétexte à des détournements scandaleux ou de titre à quelque distinction officielle ? Êtes-vous donc des enfants en bas âge que l'Administration doit toujours porter dans ses bras ?

Qu'attendez-vous pour extirper de votre sein les chancres affreux de la vénalité et de la passion du jeu ? Pour créer une ligue contre la concussion, très fortement organisée, avec des sections dans la moindre commune : Chaque membre prendrait l'engagement d'honneur, non seule-

dự không những là chẳng bao-giờ ăn hối-lộ, là sự cố-nhiên, nhưng phải có can-đảm mà kháng-lại những kẻ dan-tàn, hễ không có giấy biên-lai thì đừng bao-giờ giả cho những quân nhũng-nhiễu một đồng nào, và hễ khi nào thấy có sự tham-tàn nhũng-nhiễu thì phải *can-đảm* mà trình-báo. Những việc ấy thì tổng-cục hội phải biết ngay, hội sẽ đăng vào nhật-trình của hội cho cả công-chúng biết, và sẽ đem trình quan tây thì người ta sẽ lấy làm thích-ý mà trừng-trị những kẻ dan-tham. Như thế trong mấy năm thì cái tình-thế luân-lý và vật-chất sẽ hoán-cải nhiều lắm, và bấy giờ các ông sẽ được người Pháp ở đây vì-nể yêu-mến là điều rất lợi cho sự «hòa-hảo» và sự «hiệp-đoàn» của hai dân-tộc.

Làm sao các ông không dùng cái đoàn-thể mạnh ấy mà trừ-khử cái thói cờ-bạc của cả nước nó làm hại ngấm-ngầm, làm cho các ông bại-hoại cả tâm-đức và tiền-của, tai-hại cho sự tiến-hóa văn-minh ? Nếu có hàng nghìn hội-viên ra sức cổ-động, diễn-thuyết đăng-báo và cùng nhau thề rằng không bao-giờ đánh-bạc, và công-kích thật dữ-dội *can-đảm* những việc cờ-bạc ở trung-quanh mình (à, sự đau-đớn bao-giờ cũng ở chỗ đó !...) như vậy thì trong một đời sẽ hoán-cải được tâm-tính của các ông, là sự hạnh-phúc cho cả xã-hội. Những đoàn-thể như thế đã có kết-quả lạ-thường ở các nước khác để trừ-khử mấy tật sấu của cả nước.

Và các ông còn đợi gì nữa mới mở ra khắp mọi nơi những tràng nữ-công như ở Huế ? Thế mà tôi thấy có nhiều người Annam trí-thức thông-minh thường đến nói với tôi rằng sự ấy là tối cần.

Các ông còn đợi chi nữa mới sửa-sang lấy việc hương-chính để làm các việc công-ích « đường-xá cầu-cống v. v. », để lấy những tiền mà kỳ-mục sén-bẻo ăn-uống phí-phao

ment de ne jamais concussionner, c'est trop évident, mais de se refuser fermement au payement de toute somme indûment réclamée par des tyranneaux et non accompagnée de reçu, et à signaler impitoyablement et *courageusement* toute tentative de ce genre. Ces faits seraient immédiatement portés à la connaissance de la section centrale qui les révélerait au public par la voie de *ses* journaux, et, officiellement, à l'administration française qui serait trop heureuse dans ces conditions de sévir énergiquement. En peu d'années, la situation morale et matérielle du pays serait profondément modifiée, et vous auriez conquis l'estime et la sympathie déférente des Français indochinois, pour le plus grand bien du « rapprochement » et de la « collaboration ».

Pourquoi, par une organisation puissante du même genre, ne luttez-vous pas avec acharnement contre le vice national du jeu qui vous mine sourdement et perpétue en vous un état de déséquilibre mental et matériel nuisible à tout progrès ? Une propagande active faite par la parole et les écrits par des milliers et des milliers de membres qui s'engageraient par serment à ne jamais jouer et à combattre le jeu autour d'eux intensément et *courageusement* (ah, c'est toujours là que le bât nous blesse !...) modifierait profondément en une génération, votre mentalité, pour le plus grand bien de la société. De telles organisations ont donné des résultats incroyables dans d'autres pays pour l'extirpation de certains vices nationaux.

Et qu'attendez-vous aussi pour créer partout des sociétés d'enseignement ménager comme celle qui a été si heureusement fondée à Hué ? Je sais pourtant que beaucoup d'Annamites éclairés, qui sont venus m'en parler, en sentent la nécessité.

Qu'attendez-vous pour réformer vous-mêmes l'administration de vos communes, pour consacrer à des travaux d'utilité publique (chemins vicinaux, ponts, etc), à des

mà mở những tràng-học, nhà-hội-sinh, ấu-trĩ-viên? Vì cớ nào mà cứ phải nhà-nước Pháp can-dự vào những việc cải-lương khẩn-cấp như thế... vì nhà-nước thường hay gặp lắm sự khó-khăn quá sức, mà chính những việc ấy là việc của các ông? Các ông hãy tự-ý mà làm các việc ấy đi, và thôi đừng tự-coi như lũ nô-lệ và trẻ-con nữa thì các ông sẽ thấy « nhà-nước » hết sức giúp-đở. Các ông cười tủm-tỉm ra giáng không tin? Tại làm sao, vì lẽ nào? Các ông chưa thử làm, và trong những việc ấy các ông thường không-có hành-động gì cả.

Những người tư-bản to ở Nam-kỳ sẽ nên lấy làm xấu-hổ vì trông-thấy độc có một tờ nhật-trình bằng tiếng Pháp để bầy-tỏ những sự yêu-cầu của các ông một cách cẩn-thận trung-chính, và có chủ-ý thành-tâm về nghĩa hợp-quần Pháp-việt, thế mà báo ấy chỉ in ra có hai trang với một ít số, vì chỉ có một người hết sức cố-gắng, mà tôi tiếc rằng không có thể khen-ngợi ở đây vì người ta sẽ không bằng-lòng, với vài người soạn-bài lương-bổng ít quá. Một tờ nhật-trình ta bằng chữ tây, vì văn-chương hay lời-lẽ ôn-hòa phải-chăng, những điều yêu-cầu cẩn-thận đúng-đắn sẽ khiến cho mọi người có lòng vì-nể, thì tờ nhật-trình đó đáng-lẽ phải in ra 8 trang và xuất-bản ra mười hai nghìn tờ mới phải. Thế mà báo l'*Echo Annamite* không thấy phát-đạt và có nhiều người mua báo quên không giả-tiền. (Một phần ba những người mua Tạp-chí Thanh-Niên cũng thế — và sau nữa khi tôi ở bên Pháp những hội-viên vẫn được hưởng những phòng-ở nhà-ăn trong Hội mà không chịu đóng tiền góp mỗi tháng 2 hào: Không giả-tiền một tờ báo mình đã nhận được, không đóng tiền góp cho một hội mình hưởng quyền-lợi, nếu biết thế là những sự vô-sỉ bất-lương thì sẽ là một cách tiến-tới luân-lý lắm....)

écoles, maternités, jardins d'enfants, les sommes détournées ou gaspillées par des notables ? Pour quelle raison serait-ce toujours l'administration française qui devrait s'immiscer dans vos affaires pour des réformes aussi urgentes... se heurtant d'ailleurs, aux difficultés parfois insurmontables qui sont votre seul fait ? Prenez de telles initiatives, cessez de vous comporter en esclaves et en enfants, et vous verrez cette fameuse « administration » favoriser vos efforts et vous aider de tout son pouvoir. Vous souriez d'un air sceptique ? Pourquoi, de quel droit ? vous n'avez pas essayé, et votre action, le plus souvent n'est que négative en pareils cas.

Tous ces gros propriétaires cochinchinois devraient être honteux de voir que le seul journal en langue française qui présente vos revendications avec une certaine réserve, un souci réel d'impartialité, et un sincère désir de collaboration franco-annamite, paraît sur deux pages, à un tirage relativement peu élevé, au prix des efforts méritoires d'un homme dont je regrette de ne pouvoir faire ici un éloge qui l'offusquerait, et du dévouement de quelques rédacteurs peu ou pas rétribués. Un journal annamite de langue française bien rédigé, sur un ton convenable et modéré, dont les justes revendications s'imposeraient à la bonne volonté de chacun par sa réserve et sa dignité serait lu par tous les Annamites cultivés et par presque tous les Français: il devrait paraître sur huit pages et tirer à douze mille exemplaires. Au lieu de cela l'*Echo Annamite* ne se développe pas et *une grande partie* de ses abonnés oublie de le payer. (Il en était de même pour un tiers environ des abonnés à la Revue du F. E. A. — et plus tard pendant que j'étais en France, les membres du Foyer qui y bénéficiaient des logements et de la pension ne payaient même pas leur modeste cotisation de 20 cents par mois : Ce serait aussi un bon progrès moral, soit dit en passant, que de savoir qu'il est peu honnête de ne pas payer un journal qu'on reçoit, de ne pas s'acquitter de sa cotisation envers une société dont on profite....)

Các ông còn đợi gì nữa mới bỏ tiền ra mà mở-mang tờ báo ấy và các nhật-trình, tập-chí khác bằng quốc-ngữ? Các ông có trả-lời tôi rằng không được tự-do ngôn-luận không? Quyền ngôn-luận tự-do chỉ có thể thi-hành trong những nước mà dân có nhiều người *am-hiểu và có lòng tận-tâm vì-nghĩa* lo việc công-ích để suy-dương mấy người tài-giỏi ra mà trình-bày rõ-ràng những dư-luận của đại-loạt quốc-dân. Điều tự-do ấy cần phải hạn-ngữ khi nào cả bàn dân chửa biết chăm-lo việc chánh-trị, vì thế, «báo-giới» có thể suy-đẩy những kẻ non-nớt không có học-thức phổ-thông cần-yếu, họ « sẽ nói bậy bạ » những tư-tưởng trẻ-con những thuyết-lý « không được chín-chắn » và bàn-luận quàng-siên những vấn-đề họ không am-hiểu làm cho lạc-lối tư-tưởng của những đọc-giả chưa được sáng-xuốt.

Nhưng tôi thiết-tưởng, mà lại có chứng-cớ trái-hẳn nữa rằng nếu có một tờ báo nào bằng chữ quốc-ngữ cổ-động kịch-liệt về việc khôi-phục nền luân-lý đã suy-đồi, công-kích những thói ích-kỷ, hủy-bại, kiêu-ngạo, cờ-bạc v. v... trình-bày Nhà-nước một cách ôn-tồn những sự yêu-cầu chính-đáng có ý-tứ ích-lợi nghĩa-lý phải-chẳng, cáo-tố kịch-liệt những sự dan-tham, mà không vơ đũa cả nắm mất sự công-bằng, thì tờ báo ấy sẽ được Chánh-phủ hoan-nghênh lắm là sẽ coi như một người giúp-đỡ có-ích.

Những sự không thành-hiệu-quả mới rồi về những sự đó là tại hai cớ khác nhau : Có khi, những nhật-trình là của mấy kẻ dan-dối lập ra, dả danh bênh-vực công-lý cho dân để mà chục-lợi, và sau khi đã tiêu-tán hết những số tiền to rồi thì những nhật-trình ấy đi đời. Vậy không phải là lẽ muốn soi-sáng trí-thức cho Annam đã đem tiền-bạc đến dâng cho những nhà nhật-trình ấy, và lại từ-trối với những người có lòng thành-thực tận-tâm. Còn cớ thứ hai, là có những người hữu-tâm đã hết sức nhỏ-mọn, mở ra những nhật-trình : thế mà đồng-bang mình cứ lãnh-

Qu'attendez-vous pour sortir vos piastres afin de développer ce journal et d'en créer d'autres, ainsi que des revues et journaux nouveaux en langue annamites? Liberté de la presse, me répondrez-vous ? La liberté de la presse, est possible dans un pays où les citoyens s'occupant *avec compétence et désintéressement* de la chose publique sont en nombre assez grand pour qu'il en émerge quelques hommes de talent qui exprimeront réellement l'opinion d'une majorité. Elle n'est pas possible sans restrictions lorsque, la masse se désintéressant encore de la politique, le « journalisme » peut attirer surtout des étourneaux sans culture générale suffisante qui « sèmeront à tous vents » des idées enfantines, des théories « mal digérées » et traiteront sans modération aucune des sujets qu'ils ignorent, égarant, au lieu de les former, les esprits de lecteurs insuffisamment avertis.

Mais je pense, jusqu'à preuve du contraire, qu'une presse de langue indigène qui mènerait avec ardeur des croisades pour la restauration de l'édifice moral vermoulu, contre l'égoïsme, la corruption, la vanité, le jeu, etc... qui présenterait à l'Administration avec calme et pondération des revendications légitimes avec des suggestions utiles et sensées, qui dénoncerait impitoyablement les abus sans se livrer à des généralisations injustes, serait favorablement accueillie par cette Administration qui saurait y voir la meilleure, la plus utile des collaboratrices.

Les échecs qui se sont produits précédement en pareil cas ont tenu à deux causes différentes: Parfois, les journaux ont été fondés par quelques charlatans qui ont battu monnaie de la cause indigène et ont disparu après avoir volatilisé quelques sommes rondelettes. Ce n'est pas une preuve en faveur du discernement des Annamites qui leur ont apporté leurs piastres et les refusent à des hommes de cœur et sincèrement dévoués. Dans le deuxième cas, ce sont de tels hommes qui, avec leurs faibles moyens, ont créé des journaux: leurs compatriotes les ont froidement

đạm khoanh tay nhìn người ta làm việc kiệt-hết sức-lực sau trậm xuất-bản báo, rồi thôi không xuất-bản nữa khi tiền cạn-hết. Bởi vậy « Nhà-nước » đã bó-buộc những sự hành-động ấy. Đó là việc tai-hại của mấy kẻ chuyên-chế tàn-bạo, may đã khứ-biệt rồi, vả lại có khi đã lấy cớ rằng vì có những sự sai-nhầm hà-lạm bậy-sằng mà phải làm thế. Và những sự manh-tâm phá-hại ấy sẽ là vô-ích nếu các ông đã không thoái-bỏ những người đỡ-đầu cho các ông. Vậy lại là sự nhắc-lại chuyện H. V. N. T. N.

Làm sao các ông chưa mở-ra những hội tư cấp canh-nông công-nghệ hãy còn chưa có? Không có lẽ rằng trong các ông không có những người thanh-liêm tài-cán có thề mở-mang và quản-trị chắc-chắn được... Các ông chưa am-tường? Phải làm cho mình trở-nên am-tường, các ông hãy sang bên Pháp mà học rồi trở-về kinh-doanh quản-trị lấy những công-quốc ấy tối là cần-thiết cho sự kinh-tế của các ông. Muốn làm được thế thì chỉ cần có những đức-tính thông-minh, thật-thà, sáng-nghĩ và cố-trí. Hay là các ông muốn làm cho người ta tưởng rằng chỉ có những người Âu-tây mới có đủ các đức-tính ấy? Hẳn không? vậy thì các ông hãy tỏ cái nghị-lực ra mà hành-động cho nên việc.

Tôi đã xin Chính-phủ sửa-soạn việc đưa thiếu-niên của các ông sang du-học ở các nhà công-nghệ và thương-mại to bên mẫu-quốc để học lấy gương của chúng tôi mà mở-mang việc kinh-tế trong nước các ông. Nhưng tôi hỏi các ông rằng sao đến lượt các ông mà các ông không làm thê?

Tại sao các ông không họp sức lại mà mở các hội bản-xứ làm cái chức-sự bảo-trợ con-cái các ông?

Đến việc du-học của các học-sinh cũng thế, hễ khi các lớp-học trung-đẳng và cao-đẳng còn chưa được hoàn-bị ở đây. Sao tại Đông-Pháp các ông không có một hội để họp

regardé s'épuiser, ralentir le tirage, puis le cesser, lorsque les caisses furent vides. Il est arrivé que « l'Administration » ait mis des entraves à de telles actions. Ce fut le fait de quelques despotes heureusement disparus qui purent d'ailleurs prétexter parfois de certains abus. Et ces tentatives d'étranglement seraient demeurées vaines si vous n'aviez pas, tous, abandonné ceux qui se mettaient en avant pour vous. C'est la répétition de l'histoire du F.E.A.

Pourquoi ne vous êtes-vous pas encore dotés vous-mêmes des crédits agricoles et industriels qui vous font défaut ? Il est impossible qu'il n'y ait pas parmi vous des hommes intègres capables d'assurer la création et le fonctionnement... sain de telles entreprises. Vous n'êtes pas compétents ? Mais devenez-le, allez en France étudier de près ces questions et revenez pour organiser et diriger ces entreprises indispensables à la vie économique de votre pays. Il suffit de réunir, pour cela, intelligence, probité, initiative et volonté. Voulez-vous nous faire croire que seuls des Occidentaux seraient capables de posséder simultanément ces qualités ? Non, n'est-ce-pas ? alors, sortez de votre inertie, prouvez le mouvement en marchant.

J'ai demandé à l'Administration d'organiser l'exode momentané de vos jeunes gens vers nos principales maisons industrielles et commerciales de la métropole pour qu'ils y apprennent, par notre exemple, à développer la vie économique de leur pays. Mais je vous demande, à votre tour, pourquoi ne le faites-vous pas ?

Pourquoi ne groupez-vous pas vos efforts pour la création de sociétés indigènes qui assumeraient ce rôle tutélaire vis-à-vis de vos propres enfants ?

Il en va de même pour l'exode des étudiants, tant que les enseignements secondaire et supérieur locaux sont insuffisamment développés. Pourquoi n'avez-vous pas en Indo-

các học-sinh lại, lấy đủ giấy-má, đưa học-sinh sang tận bên Pháp, và tới đấy rồi giao học-sinh cho một hội khác của Annam phải tiếp-nhận thiếu-niên, đưa vào các tràng học, *trông-nom những việc học-tập của thiếu-niên*, đứng làm bảo-tín cho học-trò, đục-bảo cho học-hành chăm-chỉ chớ không để lêu-lổng « chơi - bời », và làm hại cho thân-thể và đức-hạnh. Các ông khá đủ giầu-có để làm được việc ấy. Vậy các ông còn đợi gì ? Sao các ông lại muốn cho những người Pháp « bảo-trợ » con-cháu các ông hơn là các ông ?

Nếu trước khi bỏ tiền ra mà các ông đừng tự vấn rằng : « Ta sẽ có thể mua được chức-tước nào, phẩm-hàm nào, bội-tinh nào, bằng đồng tiền của ta nhỉ ? » mà các ông tự hỏi rằng : « Ta cố-sức tận-tâm thế này thì sẽ có thể làm được điều gì hay, việc gì khai-hóa cho dân Đông-Pháp nhỉ? » Nếu thế thì chắc-hẳn rằng các ông sẽ cử-chỉ lối khác.

Giá các ông không làm chò lấy « gậy ông đập lưng ông » mà thường bầu-cử làm hội-viên thuộc-địa là những kẻ tham-tàn kiêu-ngạo, mà chỉ « ù-ù cạc-cạc, gịa-gịa vâng-vâng » dun-sợ lập-cập, chịu bán mình ngay để lấy những sự cầu-hãnh danh-giá, và họ lại khinh-bỉ các ông, sao các ông không tìm-kiếm những người ẩn-dật đạo-đức khôn-ngoan tính-nết cẩn-hậu, là người sẽ biết tận-tâm vì quốc-gia, lấy phẩm-giá thanh-cao mà yêu-cầu các việc như những điều đã trình-bầy một cách thành-thực cảm-động ở trong « sách thỉnh-cầu » kia ? Nhưng cũng tại sao mà những người ấy có suy-nghĩ chắc-chắn và có luân-lý thanh-cao mà cứ ẩn-dật khiêm-tốn, không hiểu rằng phải làm bổn-phận mình như điều Đức Khổng-Tử đã dạy rằng: những đức-hạnh tài-năng mà mình đã học-vấn nghiên-cứu được phải đem ra mà làm việc cho quốc-gia xã-hội, sao các người ấy không theo thế? Nhiều khi sự khiêm-tốn là không phải. Một người chủ-tướng phải đưa quân vào chiến-địa thì

chine une œuvre indigène groupant ces jeunes gens, faisant pour eux les formalités nécessaires, les accompagnant jusqu'en France, et là, les confiant à une autre œuvre indigène chargée de les recevoir, de les répartir dans les établissements, *de les suivre dans leurs études*, de leur servir de correspondants, de les faire travailler au lieu de les laisser sans guide, sans appui, « faire la noce » et se ruiner physiquement et moralement. Vous êtes assez riches pour faire tout cela. Qu'attendez-vous ? Pourquoi voudriez-vous que les Français fussent plus « tutélaires » que vous-mêmes pour vos propres enfants ?

Au lieu de vous demander, avant de sortir vos piastres : « Quel titre honorifique, quelle distinction, quelle décoration pourrai-je en recueillir ? » si vous vous demandiez : « Quel bien, quel progrès pour le peuple indochinois pourra-t-il résulter de mes efforts, de mes sacrifices ? », vous agiriez sans doute autrement.

Au lieu de vous donner des « verges pour vous battre » en élisant trop souvent comme conseillers coloniaux des ambitieux et des vaniteux, « beni ya-ya » anxieux de se vendre pour quelques faveurs et distinctions et qui se moquent de vous, pourquoi n'allez-vous pas dénicher dans leurs retraites ces hommes sages et réfléchis, d'un moral élevé, qui sauraient se dévouer à la cause nationale et soutenir avec dignité des demandes comme celles qui ont été présentées avec une sincérité touchante dans votre « Cahier des vœux » ? Mais aussi, pourquoi ces hommes au jugement sûr et au pur moral sont-ils toujours des silencieux et des modestes qui vivent cachés dans une retraite solitaire, sans comprendre que leur devoir est celui que Confucius leur avait indiqué : la mise au service de la cause publique des qualités de cœur et d'esprit que l'étude et la méditation ont pu leur faire acquérir ? Il est des cas où la modestie n'est pas de mise. Le chef qui doit

không có viện lẽ ấy mà ngồi nấp trong lều kín hay là ở dưới hầm sâu....

Ấy là phải làm cách thế — chớ không có cách nào khác nữa — mà các ông sẽ có được quyền đại-biểu rộng-rãi, được quyền can-dự thiết-thực vào việc sinh-tồn quốc-gia của các ông. Ấy là theo cách đó mà các ông sẽ bầy-tỏ được cho chính-phủ hiểu những sự mong-mỏi yêu-cầu của các ông, và chánh-qhủ sẽ lấy làm vui-mừng rằng có người giúp-đỡ như thế. Chớ không phải cách sui-dục hay là để mặc cho lũ trẻ-con khốn-nạn chưa có một chút từng trải việc đời, mà ra đường phố làm bộ-tịch hung-hăng cử-động những việc chánh-trị, như ở bên Tầu. Nếu người ta không lo rằng những sự hành-động ấy sẽ sinh ra tai-hại cho học-trò bị đuổi, cho bố-mẹ phiền, và làm tai-hại cho quyền-lợi của người bản-xứ vì khiến cho những kẻ thù-nghịch thêm được cớ cự mình thì người ta chỉ cho những sự hành-động ấy là rồ-dại nực-cười mà thôi. Có phải là các ông thấy mình không có tư-cách, không biết làm sao mà bênh-vực được quyền-lợi công-lý của mình mà phải sui-dục lũ trẻ-con khốn-nạn ấy không? Hay là tự lũ trẻ đó làm những việc dại-dột càn-rỡ ấy, vậy thì cái quyền của các ông là cha anh có để làm gì ?

Đây tôi nói cốt-yếu về những điều mà *bổn phận tôi phải* nói với các bạn Annam, để hết sức giúp-đỡ anh em sau khi tôi đã nói với đồng-bang tôi một cách thành-thực giống nhau. Tôi không có mơ-tưởng lắm về cái hiệu-quả gắng-sức của tôi, và tôi đã biết trước rằng sao tôi cũng phải sự phiền về có nhiều người không hiểu tôi, mà lại kêu rằng tôi làm-phản họ nữa. Nhưng nếu có một-vài người hiểu tôi và biết đem ra mà giảng-giải cho các đồng-bang hiểu mấy ý của tôi, chỉ có giá trị vì một nỗi là những điều thành-thực, thì cái công của tôi đã làm việc không đến nỗi là vô-ích. Có lẽ rồi những người khác sẽ theo những người ấy, và rồi con cháu người ta có ngày sẽ

affronter le danger pour diriger sa troupe n'invoque pas ce sentiment pour demeurer sous sa tente ou au fond de la tranchée...

C'est pourtant de cette façon — et pas autrement — que vous obtiendriez une représentation plus étendue, une participation plus efficace à la vie de votre pays. C'est de cette façon que vous feriez comprendre au gouvernement, heureux d'une telle collaboration, ce que sont vos désirs, vos aspirations. Et non pas en lançant ou laissant aller dans la rue de malheureux gosses, ignorant l'A. B. C. de la vie, pour s'y livrer, comme en Chine, à des manifestations politiques. Ces manifestations seraient comiques, si l'on pouvait oublier qu'elles font le malheur des enfants renvoyés et de leurs parents et nuisent gravement à la cause indigène en donnant des arguments à ses pires ennemis. Vraiment, vous sentez-vous à ce point impuissants et muets, que vous ne sachiez, pour plaider votre cause, que pousser devant vous de malheureux enfants ? Ou bien, s'ils se livrent d'eux-mêmes à ces sottises, que devient votre autorité paternelle, quel usage en faites - vous ?

J'ai dit ici l'essentiel de ce que je *devais* dire à mes amis Annamites pour les aider de mon mieux, après avoir parlé à mes compatriotes avec une égale sincérité. Je ne me fais pas beaucoup d'illusions sur le résultat de mes efforts, et n'ignore pas que j'encoure avant tout l'incompréhension de certains qui, cette fois encore, se diront trahis. Mais je n'aurai pas travaillé en vain si quelques-uns m'ont compris, et s'ils reprennent, pour les développer à leur tour devant leurs compatriotes, ces quelques idées dont le seul mérite est la sincérité. D'autres les suivront peut-être et leurs petits-enfants verront un jour la réalisation de telle ou telle suggestion de ce modeste écrit.

thấy sự thành-hiệu của một vài điều về những ý suy-nghĩ trong cái bài luận tầm-thường này.

Vả lại cũng chẳng cần lo hưởng-trước những hiệu-quả về sau: « Không cần rằng có hi-vọng mới làm-việc, có kết quả mới kiên-tâm » và sự vui-lòng làm-trọn nghĩa-vụ đó không phải là một tiếng hư văn. và có giá-trị khác chớ không phải là chỉ đáng mấy điều chế-riễu thói-thường.

Với những bạn Annam đã có lòng can-đảm kiên-nhẫn theo tôi nói chuyện tới đây thì tôi xin nhắc-lại để các bạn nhớ một ý tư-tưởng sâu-xa của Đức Khổng-Tử mà tôi vẫn thích kể lại cho những học-sinh ở H. V. N. T. N :

« Điều gì biết, biết rằng mình biết, điều gì không biết, biết rằng mình không biết, thế mới thật là biết vậy. »

Peu importe, d'ailleurs, le résultat à escompter : « Il n'est pas nécessaire d'espérer pour entreprendre ni de réussir pour persévérer » et la satisfaction du devoir accompli n'est pas un vain mot et mérite tout autre chose que les railleries accoutumées.

A ceux de mes amis annamites qui auront eu le courage et la patience de m'accompagner jusqu'ici, je répéterai, en terminant cette profonde pensée de Confucius que j'aimais à rappeler à nos étudiants du F. E. A. :

« Ce qu'on sait, savoir qu'on le sait, c'est bien. Mais ce qu'on ne sait pas, savoir qu'on ne le sait pas : voilà le vrai savoir. »

IV

KẾT-LUẬN

Ông Dương-văn-Lợi *đã đăng trong báo l'Echo Annamite từ hôm 26 juillet đến 7 août 1926 mấy bài phản-đối nữa. Ông Paul Monet có trả-lời lại hôm 31 août, là bức thơ sau này đã đình-chỉ việc tranh-luận.*

THƠ NGỎ

CỦA ÔNG PAUL MONET CÙNG ÔNG DƯƠNG-VĂN-LỢI

Quý Hữu,

Tôi có cần phải nói để ông biết rằng tôi đã lưu-tâm đọc mấy bài mà ông trả-lời lại... nhưng bài của tôi trả-lời ông trước không? Lúc tôi sắp-sửa nói lại mấy lời để ông biết những ý «kết luận» của tôi thì tôi bị đau nặng phải đưa vào nhà-thương. Sau khi đau mười lăm hôm và mới khỏi được tám hôm, tôi bèn viết mấy giòng này ở Cap Saint-Jacques, và lúc viết không có các bài của ông mà xem lại, vì tôi đã đọc từ ba tuần-lễ trước. Nói thế là đủ hiểu rằng trong trí tôi chỉ nhớ những điều đại-yếu của ông, và mong rằng mấy câu kết-luận của tôi sẽ không kích-động cho việc tranh-luận này kéo giài ra mãi.

Những ý tôi muốn trả-lời lại những điều của ông quả-quyết phản-đối thì đã nói trước ở trong quyển *Người Pháp và Người Nam*. Tôi xin độc-giả thứ-lỗi vì tôi muốn các

IV

CONCLUSION

Monsieur DUONG-VAN-LOI *ayant publié dans l'*Echo Annamite *du 26 juillet au 7 août 1926 une nouvelle série d'articles présentant encore diverses objections,* M. Paul MONET *y a répondu, le 31 août, par la lettre suivante qui a clos la discussion :*

LETTRE OUVERTE

DE M. PAUL MONET A M. DUONG-VAN-LOI

Cher Monsieur,

Ai-je besoin de vous dire que j'ai lu avec le plus vif intérêt la série des articles par lesquels vous avez répondu... à ma réponse ? Je m'apprêtais à vous adresser, à mon tour, mes « *conclusions* » lorsque j'ai dû être transporté à l'hôpital. Après quinze jours de maladie et huit jours de convalescence, je vous écris ces quelques lignes du Cap Saint-Jacques, sans avoir vos articles sous les yeux et sans les avoir relus depuis plus de trois semaines. C'est assez dire que seuls les traits les plus saillants sont demeurés présents à ma mémoire, et que les présentes conclusions ne ranimeront pas une discussion qui pourrait être interminable.

Ma réponse à la plupart de celles de vos affirmations que je ne puis accepter se trouve d'ailleurs écrite d'avance dans *Français et Annamites*. Je vous prie, ainsi que nos

ông xem lại quyển ấy sách của tôi... Nhưng tôi không dấu ông rằng tôi lấy làm phiền vì thấy một người Annam đã viết những bài văn có giá-trị mà lại không thấu-hiểu những tư-tưởng của tôi, và — chắc cũng vì lòng thành-thực — mà đã nói sai cả những ý của tôi. Vì nhiệt-thành bênh-vực quyền-lợi cho đồng-bang ông mà tôi đã phải lắm kẻ thù-nghét, nay tôi được phép xin các ông ấy rằng trước khi muốn xử-đoán tôi... thì hãy chịu khó xem-xét tôi cho kỹ đã — và nhất là — khi các ông ấy có ý tức-giận vì thấy rằng một tấm lòng yêu-mến thâm-thiết, không phải là chỉ có những lời hoa-hoét — như ý ông đã nói — nhưng đã khiến tôi phải nói mấy lời chực-ngôn phản nhĩ *cốt-để lợi cho các ông.*

Khi tôi nói cho các đồng-bang ông biết câu lý-luận của nhiều người thực-dân ở đây đã trông thấy những *thói* tham-tàn mà các ông xử với nhau, và tôi lại nói thêm một câu (đáng lẽ là thừa) rằng: « Đây tôi giảng nghĩa, tôi không chứng-sự » nghĩa là tôi không cho lý ấy là phải, vậy Annam, nhất là những người viết báo diễn-thuyết, không ai được phép tưởng rằng hay là coi rằng tuy vậy, mà tôi vẫn có ý cho lý ấy là phải, và lại thêm một câu mập-mờ như lối « những kẻ hiểm-độc » đã làm hại người ta rồi lại nói gỡ-mình. Ông Lợi ơi, tôi biết rằng những ý của ông là tốt, nhưng cả đoạn này làm cho tôi phiền lắm, vì đoạn ấy có thể — và đã — khiến cho độc-giả hiểu sai.

Vả lại không khi nào tôi nói rằng nếu có vài người Pháp làm những sự tham-tàn ở đây, là tại Annam đã làm gương xấu cho hư mấy người thanh-liêm ấy!... Còn ông thì đã quyết-đoán một câu trái-hẳn, như sau này, rất buồn cười, và không đúng với sự-thực: ấy là tại gương xấu của mấy người Pháp đã khiến cho cả dân Annam khốn-nạn này hóa ra tham-tàn dan-dối, chớ từ xưa đến ngày ấy, Annam vẫn là một dân tinh-túy như đứa trẻ mới sinh ra, ấy là tại mấy người quan-lại tây tham-lam — ta phải biết rằng những kẻ ấy là số ít lắm — đã làm cho dân Annam quen thói đem dâng hối-lộ, và lại bóp-nặn những người dưới quyền một cách

lecteurs, de bien vouloir m'excuser si je me permets de renvoyer à l'un de mes ouvrages... Mais je ne vous cache pas que j'ai été peiné de voir ma pensée méconnue, voire même travestie — certainement avec une parfaite bonne foi — par un Annamite dont j'apprécie les écrits. Je me suis fait assez d'ennemis en plaidant chaleureusement la cause de vos compatriotes pour être en droit de leur demander de prendre au moins la peine de me connaître avant de me juger... même — et surtout — lorsqu'ils éprouvent quelque dépit de ce qu'une sympathie profonde qui n'est pas restée purement verbale — ainsi que vous voulez bien le reconnaître — m'oblige à leur dire, *dans leur intérêt*, quelques vérités déplaisantes.

Lorsque j'indique à vos compatriotes le raisonnement que font la plupart des coloniaux témoins des exactions *habituelles* entre vous, et que j'ai soin d'ajouter (ce qui eût dû être superflu) : « Ici, j'explique, je ne justifie pas », aucun Annamite, surtout parmi ceux qui écrivent ou parlent en public, n'a le droit de supposer, ou de considérer comme possible, que je *justifie* cependant, et d'ajouter par une phrase un peu ambiguë, que «les méchants» cherchent toujours ainsi à excuser leurs méfaits. Je sais, cher Monsieur, que vos intentions sont pures. Mais tout ce passage m'a vivement peiné ; il peut être — il a été — mal interprété par certains de vos lecteurs.

Je n'ai, d'ailleurs, jamais dit que si quelques Français se livrent ici à des exactions, c'est parceque les Annamites auraient donné, à ces âmes candides, un mauvais exemple qui les aurait dépravées !... Tandis que vous faites l'affirmation opposée, qui est vraiment chose plaisante et contraire à toute vérité historique : ce serait le mauvais exemple des Français qui aurait incité à la vénalité tout ce malheureux peuple annamite, pur jusqu'à ce jour comme l'enfant qui vient de naître, ce sont quelques fonctionnaires français cupides — infime minorité dans l'ensemble, reconnaissons le — qui auraient habitué leurs administrés à

tận-tệ!... Lời quyết-luận ấy sẽ làm cho hết cả công-chúng nực-cười, nếu người ta không lấy làm phiền vì câu đó là lời của một người hay bàn-luận công-bình đã nói ra, và nếu người ta không lo rằng những bài của ông có ảnh-hưởng hại cho độc-giả hay tin những ngôn-luận của ông thường có giá-trị. Tôi không hay nhắc lại những chuyện cũ, nhưng tại ông bắt tôi phải kể cho ông nhớ lại rằng: nếu xưa chỉ có mấy người lính-thủy Pháp đã lấy được xứ Bắc-kỳ lần thứ-nhất, đó là tại những dân bấy-giờ bị quan-lại hà-hiếp khổ quá cho nên phải ra đầu theo lũ « mọi Tây » ấy, tưởng rằng sẽ nhờ được người cứu khỏi lao-lung. Ông hãy đọc lại mấy lời của cụ Phan-châu-Trinh đã viết về việc ấy thì rõ, mà cụ Phan là người lúc nào cũng thành-thực công-tâm và đã hi-sinh hết cả một đời về việc khảo-cứu ấy.

Tôi còn nhớ một đoạn ông nói về việc tù nợ mà trong ấy ông so-sánh tư-cách dân Annam cũng như mấy dân văn-minh. Tôi lấy làm tiếc rằng nay tôi lại phải trái-ý ông và mấy người độc-giả mà nói để các ông rõ rằng nếu người ta xử hai cách khác nhau, khốn là tại dân có khác nhau. Phải, chính thế, dân Annam không được có tư-cách như ông đã kể, vì bệnh mê cờ-bạc ở các dân khác chỉ có một vài người mắc phải mà thôi, còn ở đây thì bệnh ấy đã thâm-nhiễm hết cả như thể một bệnh dịch-khí, *và đã làm cho thể-cách tâm-tính của mỗi người và cả xã-hội không được đúng-đắn vững-vàng*. Người ta không có thể — và không *nên* — coi một người ốm như người khoẻ. Và đó là một điều quan-hệ mà ba người Annam trong hội-đồng xét việc ấy đã hiểu rõ lắm ; nếu tôi không nhầm, thì chính là ba người ấy đã hiến-trình cái cách khôn-ngoan, đã duyệt-y rồi, vì người ta hiểu rõ đồng-bang lắm, và đã lo-phòng những sự nguy-hiểm. Nếu phải là người Pháp chúng tôi thì sẽ đã xét — sai — như ông, chúng tôi sẽ coi tư-cách các ông cũng như tư-cách dân văn-minh khác, và chúng tôi sẽ thi-hành cho đồng-bang ông cách « giải-quyết lối tây ». Nếu vậy thì sau sẽ phải hối-hận lắm...

apporter des cadeaux et à *squeezer* comme citrons ceux qu'ils ont, à leur tour, sous leur coupe !... Un rire homérique saluerait une telle affirmation s'il n'était pénible de la trouver sous une plume habituellement plus impartiale, et si l'on ne pensait que vos articles doivent contribuer à l'éducation de lecteurs auprès de qui vos affirmations ont un crédit qu'elles méritent souvent. Je n'aime pas évoquer certains souvenirs et, cependant, vous m'obligez à vous rappeler que si la première conquête du Tonkin fut faite par une poignée de marins français, c'est parceque les populations, opprimées, écrasées par leurs mandarins et notables, se venaient jeter dans les bras de ces « barbares d'Occident » qui allaient, espéraient-elles, leur apporter la délivrance. Relisez plutôt ce qu'écrivit à ce sujet votre grand Phan-chau-Trinh, qui resta toujours juste, impartial et sincère et paya de sa vie cette noble attitude.

J'ai souvenir, aussi, d'un passage relatif à la prison pour dettes, où vous comparez la situation du peuple annamite à celle des autres peuples modernes. Je regrette très vivement d'être obligé de déplaire encore à vous-même et à certains lecteurs en vous disant que, s'il y a une différence de traitements, c'est parce qu'il y a, malheureusement, une différence de sujets. Oui, le peuple annamite est différent de ceux que vous citez, parceque la maladie de la passion du jeu qui existe, chez d'autres peuples, en cas isolés et individuels, règne ici de façon endémique et générale et *crée un état de déséquilibre mental et social profond*. On ne peut pas — on ne *doit* pas — traiter un malade comme un homme bien portant. Et c'est ce qu'ont parfaitement compris les trois membres indigènes de la commission qui a étudié cette question ; ce sont eux, si je ne me trompe, qui ont proposé la sage solution adoptée, parce qu'ils connaissaient bien leurs compatriotes et pouvaient mesurer l'étendue de certains dangers. Nous, Français, nous aurions raisonné comme vous le faites — à tort — nous aurions considéré comme identiques le cas du peuple annamite et celui des autres peuples modernes, et

Ông Lợi ơi, chỉ những người có phép biến-lạ mới có thể bảo người bán-thân bất-toại mà không lo nguy-hiểm rằng : « Mày hãy đứng lên và bước đi ». Có lẽ ông cũng khôn-ngoan quá mà chắc ở những phép biến-lạ. Vậy ông hãy nên dùng tài-trí mà công-kích những thói cờ-bạc và các nết-xấu của quốc-dân ; hãy khuyến-khích, hợp-quần những nghị-lực sáng-xuốt tận-tâm, và sau mười-lăm hay hai-mươi năm nữa, khi các ông làm việc đã có hiệu-quả rồi, bấy-giờ có tư-cách mới thì sẽ xin những quyền-lợi mới.

Tôi lại nhớ rõ một đoạn, tôi phải nói thực rằng đã làm cho tôi chái-ý và chướng-nghịch nữa. Vì quên mất khôn-ngoan nên ông đã bàn một vấn-đề — và là vấn-đề nào ! — mà ông chưa khảo-cứu mấy. Xem như ông nói rằng đạo Khổng chỉ có một tí « ảnh-hưởng nhỏ-mọn » về đường luân-lý của Annam thì biết rằng ông không khảo-cứu rộng về vấn-đề đó *có điều quan-hệ to lắm*. Về đạo Khổng hình như là ông chỉ biết mấy điều lờ-mờ lẫn-lộn mà ông còn nhớ ở trong mấy câu định-tắc nghiêm-lệ hư-hõa đã mất cả tinh-thần đạo-giáo ; nay ông nói về đạo Khổng cũng như là một Ông Homais đi giảng đạo Kỳ-Tử mà chỉ biết đạo ấy vì mình mới trông-thấy có mấy kẻ đánh-cá Y-pha-nho làm những cách lễ-bái trẻ-con như khi rước hình-ảnh của một vị nữ-thánh trang-điểm lịch-sự.

Thật tiếc rằng một người Annam biết quan-xát suy-nghĩ như ông mà không học các khoa tối-yếu ấy cho rộng thêm trí-thức. Tôi chắc rằng nếu người ta không khảo-cứu cho rõ hiểu những đạo Phật, đạo Lão, đạo Kỳ-Tử, (nhất là) đạo Khổng, thì không sao có thể giải-quyết được cái vấn-đề Pháp-việt. *Cả sự khó-khăn của vấn-đề ấy là ở trong thế-lực hành-động của cả hai dân,* một bên là giòng-dõi người

nous aurions appliqué à vos compatriotes la « solution française ». Puis, il aurait fallu, plus tard, le regretter...

Il n'y a que les thaumaturges, cher M. Loi, qui peuvent sans danger dire au paralytique : « Lève-toi et marche ». Vous êtes trop sage, certainement, pour compter sur les miracles. Employez donc votre très estimable talent à mener campagne contre la passion du jeu et autres vices nationaux ; suscitez, groupez des énergies clairvoyantes et dévouées, et lorsque, dans quinze ou vingt ans, vous aurez commencé à obtenir des résultats appréciables, vous reprendrez la question et demanderez, en fonction de capacités nouvelles, l'obtention de droits nouveaux.

J'ai gardé aussi le très vif souvenir d'un passage qui m'a, je dois le dire déconcerté et presque choqué. Oubliant votre prudence et votre sagesse habituelles, vous abordez un sujet — et lequel ! — que vous n'avez manifestement pas beaucoup étudié. Ce que vous dites de « l'influence *mièvre* » que le confucianisme aurait eue sur la formation morale du peuple d'Annam prouverait assez que vous n'avez pas une connaissance très étendue de cette question *dont l'importance est capitale*. Vous semblez n'avoir du confucianisme que la notion très vague et erronée que vous aurait laissée le souvenir de ces formules canoniques où cet enseignement sublime a été fossilifié ; vous en parlez comme parlerait de la morale chrétienne un M. Homais qui ne connaîtrait le christianisme que pour avoir assisté, par exemple, à telle manifestation puérile de pêcheurs espagnols promenant une madone parée et dorée.

Il est dommage qu'un Annamite qui sait observer et réfléchir comme vous le faites ne sente pas davantage la nécessité d'accroître son bagage scientifique d'aussi importantes matières. Je considère qu'il est *impossible* d'avoir une idée exacte et complète du problème franco-annamite si l'on n'a pas étudié très soigneusement le confucianisme (surtout), le bouddhisme, le taoïsme et le christianisme.

« có đạo Kỳ-Tử » mà đạo ấy đã biến-cải thế nào thì tôi không nói ở đây, và bên nữa là những con-cháu « nhà-nho » mà nay không có học-hành khảo-cứu, suy-xét gì về những nguyên-tắc cỗi-dễ của Khổng-giáo nữa.

Ở trong tâm-địa của hai dân ấy thì một bên có cái tinh-thần Khổng-giáo là đạo dạy về luận-phép xã-hội, còn bên kia thì có tinh-thần Kỳ-Tử-giáo là đạo dạy về chủ-nghĩa bác-ái, mỗi người vui lòng hi-sinh cho kẻ-khác, dù chúng tôi không biết, nhưng cái tinh-thần ấy vẫn còn, và xưa nay vẫn dun-dủi những cách hành-động của chúng tôi. Và tất cả sự suy-biến xã-hội, mà các ông phải chịu khốn-đốn ngày nay, xét cho cùng ra, chỉ là sự *suy-biến luân-lý*, nguyên-gộc sinh ra từ lúc bỏ học những nguyên-tắc cao-thượng ấy mà nay các ông khinh-thường chẳng hiểu chi hết.

Nay những đồng-bang ông không có ý-tưởng đạo-đức, và không có lòng tin một điều luân-lý cao-thượng nào cả ; họ nhắc lại những câu kinh-sách mà họ không tin, họ coi là vô-nghĩa; vì thế họ không có thể tin được những điều gọi là ý-tưởng cao-thượng vì-nghĩa quên-lợi (mới rồi tôi lại phải chứng-nghiệm một việc thất-vọng đau-đớn), và thường chỗ nào cũng chỉ thấy những sự ích-kỷ bần-tiện dả-mạo dan-dối. Bệnh đó không phải là chỉ riêng có người An-nam ; từ sau khi chiến-tranh đến giờ tôi đã thấy nhiều nơi phải bệnh ấy tai-hại. Nhưng ở đây và ở bên Tầu thì bệnh ấy đã trầm-trệ lâu ngày và giải-dắc khắp cả. Và ấy là tại Khổng-giáo suy-đồi mà đến nỗi thế.

Khi tôi nói rằng phải kêu-gọi tới « linh-hồn luân-lý » của hai dân-tộc, không phải là tôi muốn nói — như ý ông tưởng nhầm — rằng phải tìm-kiếm những người Annam và người Pháp có luân-lý cao-thượng để cầu người ta giúp đâu. Tư-tưởng tôi muốn phát-minh thì khác hẳn thế. Tôi thí-dụ rằng mỗi một nước có thể coi giống như một người, cũng có những đức-hạnh và nết-xấu riêng vì tinh-

Tout le problème est dans l'interaction de descendants de « chrétiens » dont le christianisme a évolué de telle façon que je ne puis décrire ici et de « confucianistes » pour qui les principes originaires de cette doctrine ont été déformés, oubliés, et trop souvent méconnus.

Au fond, tout au fond, dans le subconscient de chacun de ces peuples, ce sont le positivisme confucianiste, avec sa doctrine sociale d'autorité, et l'idéalisme chrétien, avec sa morale individualiste du sacrifice librement consenti, qui subsistent et qui, à notre insu, déterminent nos attitudes. Et toute la crise dont vous souffrez profondément n'est, en dernière analyse, qu'une *crise morale* dont l'origine est précisément dans l'oubli de ces principes élevés que vous méconnaissez aujourd'hui en contestant leur importance.

Vos compatriotes n'ont plus d'idéal, plus de foi sincère en quelque principe moral surhumain ; ils répètent des phrases auxquelles ils ne croient pas, qui sont pour eux vides de sens ; ils sont, de ce fait, incapables de croire à l'idéalisme et au désintéressement (tout récemment encore, j'en ai eu la preuve avec, de nouveau, une amère désillusion), et c'est, partout, le triomphe de l'égoïsme le plus plat, souvent dissimulé sous d'autres apparences. Le mal n'est pas particulier aux Annamites ; nous connaissons, depuis la guerre, ses ravages. Mais il est, chez vous comme en Chine, plus ancien, plus général, plus profond. Et c'est l'histoire du déclin du confucianisme qui nous en donne la raison.

Lorsque je parle de s'adresser aux « personnes morales » de nos deux peuples je ne veux pas dire — comme une confusion de termes vous l'a fait croire qu'il faut rechercher, parmi les Annamites et les Français, quelques individus d'un moral élevé pour recourir à eux. La pensée que j'ai voulu exprimer était toute différente. Je suppose que chaque nation peut être considérée comme identifiée

chất của nước ấy, đó là một người mình tưởng-tượng — là « linh-hồn luân-lý » — linh-hồn ấy có sinh-hoạt, tiến-hoá, hành-động vì sức cử-động của những người trong nước ấy, mà sự cử-động ấy hẳn là không có định-hạn trước vì mỗi người có năng-lực tự-do, nhưng cũng có định-hạn trước một it bởi những tinh-chất về nòi-giống của mỗi người chúng ta ảnh-hưởng. Và trong tiếng « linh-hồn luân-lý » đó thì tôi hiểu là cái hình-lớn tưởng-tượng mà các đứng tiền-bối, tư-tưởng, hiền-chiết, tôn-giáo, đã tả dung-nhan... là cái hình-lớn tựa-hồ như vẫn bay-làn ở trên cao, và xem-xét cẩn-thận mỗi nước trong đàng vận-mệnh, hết sức ảnh-hưởng vào sự hành-động của nước ấy, dù có những người không hiểu mặc lòng, cốt để làm hạnh-phúc, tiến-hóa cho hết cả nước.

Ấy là « linh-hồn luân-lý » đó — mà ta phải tìm-thấy ở trong nơi khảo-cứu lịch-sử, tôn-giáo và chiết-học — sự khảo-cứu ấy sẽ chỉ-tỏ cho ta biết những điều ước-muốn, thường khó hiểu của mỗi dân-tộc; ấy là những « linh-hồn luân-lý » đó phải giao-tiếp với nhau, bỏ hết những sự ngăn-trở vì lòng ích-kỷ, vì những điều không hiểu nhau, thì hai linh-hồn ấy cũng như là hai người sẽ bắt tay nhau một cách thân-ái như thể anh-em và sẽ chỉ-tỏ cho ta cái đường phải theo mà hành-động cho hai linh-hồn ấy được liên-hợp với nhau trong một ý-tưởng trung là ý-tưởng của hết cả nhân-loại.

Vậy nếu ta có lòng thành muốn lấy sức mọn của mình giúp việc tiến-hóa của hai dân-tộc thì ta phải cố-gắng luôn luôn để bới-tìm cho thấy những linh-hồn luân-lý ấy ở trong hàng nghìn người, mà đừng để cho mình thoái-trí vì những nết-xấu của mỗi người, đừng ngã-lòng vì những sự hành-động bao-giờ cũng quay-đi trở-lại về tính ích-kỷ đã thành ra cỗ dễ ở trong lòng người ta, thường hay dả-hình dả-bộ, có khi hiện rõ ra mặt, và bao giờ cũng là độc-ác...

avec une personnalité propre, douée des vertus et des défauts caractéristiques de cette nation: c'est cette personnalité fictive — la « personne morale » — qui vit, évolue, agit, à travers les nationaux dont le comportement est, certes, indéterminé en raison du libre arbitre individuel, mais déterminé en partie par ces qualités ethniques dont chacun de nous est profondément influencé. Et par « personne morale » j'entends plus particulièrement la grande figure idéale dont les traits ont été tracés par tous ces grands penseurs, sages, philosophes ou religieux qui nous ont devancés, grande figure qui semble planer au-dessus de chaque nation et la suivre anxieusement au cours de sa destinée, s'appliquant à influencer celle-ci, malgré les incompréhensions individuelles, pour le plus grand bien de tous, pour le progrès national.

C'est cette « personne morale » — qu'il faut arriver à dégager par l'étude de l'histoire des religions et des philosophies — qui nous expliquera ce que sont vraiment les aspirations souvent confuses de chaque peuple ; ce sont ces « personnes morales » qui, mises en présence, débarrassées des entraves des égoïsmes et des incompréhensions individuelles, s'étreindront fraternellement et nous indiqueront la route à suivre pour leur permettre de rester unies dans un idéal commun qui est celui de toute l'humanité.

Si nous voulons vraiment contribuer en quelque faible mesure au progrès de ces deux peuples, nous devons nous appliquer constamment à retrouver ces personnes morales en les dégageant, par un effort continu d'abstraction, des mille personnalités individuelles, sans nous laisser dérouter par les défauts et les vices de chacun, sans nous laisser rebuter par les manifestations toujours et toujours renouvelées d'un égoïsme profond, hypocrite le plus souvent, cynique parfois, cruel toujours...

Ông Lợi ơi, vậy ông hãy tin tôi ; ấy là chỉ có cách thế — và nhờ có chân-lý lúc nào cũng hết sức tìm-tòi và can-đảm bố-cáo cho thiên-hạ biết, không sợ những lời « mắng-nhiếc » — mà ông sẽ phù-trợ được công-lý quý-hóa cho dân Việt-Nam. Chớ có bao-giờ ngả lòng phỉnh-nịnh hoặc người trên hay là kẻ dưới cũng vậy : phỉnh-phờ dân thì có nhiều điều tai-hại hơn là nịnh-hót chánh-phủ. Vậy bao-giờ cũng cứ *công-bình*, công-bình trước hết, và nếu có khi cần phải quyết-đoán tạm vì chưa biết hết sự thực, thì bao-giờ cũng nên dùng cách làm hưng-khởi cho lòng người ta và dẹp-yên cái bụng nóng-nẩy của chúng-nhân. Ấy chỉ có thế mà ta sẽ giúp được những người cố-sức hòa-hợp hai dân-tộc, phải gánh trách-nhiệm nặng-nề bạc-bẻo để giữ lấy tình liên-lạc cho nhân-loại.

Mười bài của ông nói mới rồi thật là giống việc mà người ta gọi là *kiện-tụng vô-cớ*. Ông không nói : « Chánh-phủ nay đã làm sằng vì đã làm việc này việc kia », nhưng ông nói : « Chánh-phủ không có làm sằng. . . nhưng Chánh-phủ cố-sức cũng chẳng ăn thua, sẽ gặp toàn những sự ngăn-trở, cưỡng-bướng, rồi sẽ chẳng làm được việc gì đâu ». Đó đều nói về tương-lai cả : thế là ông đoán trước... và ông là một người đoán tai-hại. Không phải là thế mà người ta nâng-đỡ được những lòng can-đảm đã bị xa-ngã, làm-tan được những sự nghi-ngờ bất-minh, và kích-khuyến cho những nghị-lực tạo-tác sinh ra lòng tin-yêu nhau là sự *tối cần* cho hai bên bắt-tay tiếp-rước nhau một cách đằm-thắm.

Ông hãy tin tôi, ông Lợi ơi, ông có lòng yêu nước thành-thực và muốn hết sức giúp-nước ; nhưng ông sẽ làm hại nước vì cách « hoài-nghi bài-bác khô-héo » mà xưa Pasteur đã nói. Ông có lẽ không đáng trách, vì là : Annam đã phải khốn-khổ đau-đớn, đau-đớn đã lâu, tại người mình cũng có, tại người ngoài cũng có ; thường thường Annam phải thất-vọng luôn, không phải là tôi không biết thế, tôi đã nói nhiều lần, mà không ngừng lại những chỗ có điều bất

Cher M. Loi, croyez moi ; c'est en procédant ainsi — et par la vérité inlassablement recherchée, courageusement proclamée, malgré les « harros » — que vous servirez la grande et noble cause du peuple de Viêt-Nam. Ne cédez jamais à la tentation de la flagornerie, pas plus envers les petits qu'à l'égard des puissants : les dangers de la démagogie sont pires que ceux de la flatterie du pouvoir. Restez toujours *juste*, juste avant tout, et, s'il faut, dans l'ignorance d'une partie des faits, adopter une attitude provisoire, que ce soit toujours celle qui devra réchauffer les cœurs, apaiser les esprits. Ainsi seulement nous aiderons ceux qui s'efforcent au rapprochement, qui se donnent à la tâche terriblement ingrate de resserrer les liens de la fraternité parmi les hommes.

Vos dix derniers articles constituent exactement ce qu'on appelle un *procès de tendances*. Vous ne dites pas : « Le Gouvernement actuel a mal agi en faisant ceci ou cela », vous dites : « Il n'a pas mal agi,... mais ses efforts ne serviront de rien, ils ne trouveront qu'opposition et mauvaise volonté, et tout manquera ». Tout ceci est au futur : vous prophétisez... et vous êtes un prophête de malheur. Ce n'est pas ainsi qu'on relève les courages abattus, qu'on dissipe les méfiances injustes, et qu'on suscite les énergies créatrices en faisant naître une confiance *nécessaire* pour que les mains se tendent et s'étreignent longuement.

Croyez-moi, cher M. Loi, vous aimez sincèrement votre pays et vous voulez le servir dans la mesure de vos moyens ; vous le servirez mal par ce « scepticisme dénigrant et stérile » dont parlait Pasteur. Vous êtes très excusable : les Annamites ont souffert, longuement souffert, par eux-mêmes et par d'autres ; ils ont été souvent déçus, je ne l'ignore pas, je l'ai écrit et dit mille fois sans m'arrêter aux conséquences personnelles de telle constatation. Mais

tiện riêng. Nhưng những người như ông và những người khác là đồng-bang ông muốn hành-động ảnh-hưởng cho Annam mình thì phải hiểu rằng chỉ có một cách giải-quyết vấn-đề lợi cho đồng-bang là cách thành-tâm hiệp-sức mà chúng tôi vẫn mong-ước và thích-hợp với ý-tưởng cao-thượng của « linh-hồn luân-lý » nước Pháp.

Khi nào có những người hiểu và yêu nước các ông, đã phải khó-nhọc, mới dựng ở đây được một chánh-trị mới (mới không phải là vì có trương-trình khác mới tuyên-bố ra, nhưng vì cách thực-hành mà người ta muốn làm cho tử-tế), vậy không phải là đem lòng hoài-nghi ra công-bố, khiến cho người ta nản-trí, mà giúp-đỡ người ta được. Nếu tưởng rằng một vị Toàn-quyền là một người phù-pháp, có thể, *một mình*, trong một ngày, thay đổi hết cả những việc đã thành thói-tục từ xưa vì một quyền-hành áp-chế tự-do, không có kiểm-xoát, như vậy là tư-tưởng một cách trẻ con quá. Nay thật rõ là một sự hoạn-hỏa vì đã thấy có việc chứng-nghiệm rồi, có nhiều sự phản-đối ra-mặt vụng-về, hay là qủy-quái, đê-tiện, ngấm-ngầm, đã định làm cho ngăn-trở. *Phải có thế* để cho nước Pháp hiểu rõ cái tình-hình mà chúng tôi đã đem bầy-tỏ khi trước. Phải có thế để cho nước chúng tôi biết rằng trong những điều mà chúng tôi đã bầy-tỏ về cách chánh-trị *ngày trước* không phải là có ý bè-đảng, thiên-vị, ngoa-ngôn. Phải có thế để cho sau kỳ biến-tượng thứ-nhất là lúc quá-khứ hiện-thời gặp nhau, sẽ sinh-ra một kỳ biến-tượng thứ-hai, mà chúng ta đang mong bây giờ, là lúc thực-hành các việc đã có thí-nghiệm chín-chắn, trông-thấy rõ-ràng, hiểu-thấu tư-cách mọi người, biết rỏ quyền-hành đầy-đủ. Không cần rằng cái chức-trách nặng-nề ấy cứ phải dể cho người này hay người kia, hễ ai gánh-nổi cũng được. Nhưng rất khó mà khiến cho người ta không tưởng rằng chỉ có người thợ bắt đầu trước nhất, là có thể làm việc trọn ngày cho có ích-lợi mà thôi ; nếu nay cất gân cho người ấy ngã thì không sao thoát khỏi làm cho bọn tàn-hại kia sẽ trở lại đây, mà trong ấy có một kẻ

les hommes comme vous et tels de vos compatriotes qui veulent exercer une action sur les Annamites *doivent* comprendre que la *seule* solution favorable à vos intérêts nationaux est celle de la collaboration loyale que nous demandons et qui est conforme à l'idéalisme de la « personne morale » de la France.

Lorsque les hommes qui comprennent et aiment votre pays réussissent non sans peine à instaurer ici une politique nouvelle (non pas nouvelle par les principes proclamés, mais bien par la sincérité de l'application qu'on en veut faire), ce n'est pas les aider que de propager le scepticisme et de pousser au découragement. Il serait enfantin de croire qu'un Gouverneur Général est un magicien et qu'il peut, du jour au lendemain, *à lui seul*, opérer la subversion complète de l'état de choses résultant des habitudes fort anciennes d'un pouvoir autocratique pratiquement incontrôlé. Il est excellent que l'expérience présente ait été faite, que des oppositions ouvertes et maladroites, ou dissimulées et lâchement habiles, se soient produites. *Il le fallait*, pour que la situation que nous avons dénoncée à la France, se montrât à celle-ci dans toute sa beauté. Il le fallait pour que notre pays comprît qu'il n'y a eu ni parti-pris, ni exagération, dans les affirmations de ceux qui dénonçaient la politique *du passé*. Il le fallait pour qu'après cette première phase de la prise de contact entre hier et aujourd'hui pût se produire la deuxième phase, que nous attendons maintenant, celle des réalisations avec une expérience mûrie, une vision nette, une meilleure connaissance des hommes, et des pouvoirs suffisants. Il nous importe peu que la lourde tâche incombe à tel ou tel homme qui en serait digne. Mais il est difficile de ne pas croire que, seul, l'ouvrier de la première heure pourra besogner utilement pour finir la journée ; le faire tomber en lui coupant les jarrets serait amener immanquablement le retour de la bande sinistre dont un des plus beaux représentants vient d'être démasqué. Est-ce là votre désir, cher M. Loi ? Je ne

đã lộ mặt dan-dối. Có phải đó là sở-nguyện của ông không, Ông Lợi? Tôi không có thể ngờ như thế, dù sao mặc lòng nhưng đó không phải là ý tôi, và vì thế mà tôi cứ mặc cho kẻ — ngộ có khi — không-hiểu, công-kích, chê-bai, mà tôi đã nói và nay lại-nhắc cho đồng-bang các ông nhớ câu này : « Các ông cứ vững lòng tin-cẩn, hi-vọng... *và hãy mau mau tỉnh-dậy !...* »

puis le croire, en tout cas ce n'est pas le mien, et c'est pour cela que, au risque d'être encore — comme par hasard — incompris et critiqué, j'ai dit et je répète à vos compatriotes : « Ayez confiance et espoir... *et travaillez !...* ».

MỤC LỤC

TABLE DES MATIÈRES

BIBLIOTHÈQUE NATIONALE R.F. IMPRIMÉS

www.ingramcontent.com/pod-product-compliance
Ingram Content Group UK Ltd.
Pitfield, Milton Keynes, MK11 3LW, UK
UKHW022057260726
13993UKWH00001B/164

9 782329 179285